आधारित एकांकिका

सतीश आळेकर यांचे प्रकाशित साहित्य

नाटक

अतिरेकी
एक दिवस मठाकडे / ठकीशी संवाद
दुसरा सामना
पिढीजात / मिकी आणि मेमसाहेब
बेगम बर्वे
महानिर्वाण
महापूर
शनिवार रविवार

एकांकिका

झुलता पूल आणि इतर एकांकिका
आधारित एकांकिका

आठवणी

गगनिका

आधारित एकांकिका

सतीश आळेकर

पॉप्युलर प्रकाशन, मुंबई

आधारित एकांकिका
(म - १३५४)
पॉप्युलर प्रकाशन
ISBN 978-81-956093-5-2

AADHARIT EKANKIKA
(Marathi : Play)
Satish Alekar

कृष्णा, २ रा मजला, पत्रकारनगर
पुणे ४११ ०१६
mikinalekar@hotmail.com
satish.alekar@gmail.com

पहिली आवृत्ती : १ जानेवारी २०११
नीलकंठ प्रकाशन, पुणे
दुसरी सुधारित आवृत्ती : २०२२ / १९४४

मुखपृष्ठ : शेखर गोडबोले, राजू देशपांडे

मुद्रितशोधन : मिलिंद बोरकर, पुणे

प्रकाशक
हर्ष भटकळ
पॉप्युलर प्रकाशन प्रा. लि.
३०१, महालक्ष्मी चेंबर्स
२२, भुलाभाई देसाई रोड
मुंबई ४०० ०२६

अक्षरजुळणी
मुग्धा दांडेकर
थ्रीडी ग्राफिक्स, पुणे

आधारित एकांकिकांच्या निमित्ताने

ह्या संग्रहात १९६८ ते २००५ च्या दरम्यान विविध कारणांनी स्वैर रूपांतरित केलेल्या अन्य लेखकांच्या कलाकृतींवर आधारित या एकांकिका आहेत.

फर्ग्युसन कॉलेजमध्ये असताना लिखाणाचे माझे पहिले धाडस म्हणजे 'जज्ज' ही एकांकिका. जॉन मॉर्टिमर ह्या ब्रिटिश नाटककाराच्या 'द जज्ज' ह्या नाटकावर ही एकांकिका आधारित आहे. माझा मित्र समर नखाते ह्याने तो पुण्याच्या फिल्म इन्स्टिटट्यूटमधे विद्यार्थी असताना १९७० च्या दरम्यान त्यावर अभ्यासाचा भाग म्हणून लघुचित्रपट तयार केला होता. ह्या लघुपटात मोहन गोखले आणि 'महाराष्ट्रीय कलोपासक'चे राजाभाऊ नातू ह्यांनी भूमिका केल्या होत्या.

दिल्लीच्या साहित्य अकादमीतर्फे मुंबईत त्या वेळच्या तरुण लेखकांसाठी १९७६ च्या नोव्हेंबरमध्ये एक कार्यशाळा आयोजित केली होती. ह्या कार्यशाळेत मी 'यमूचे रहस्य' ही एकांकिका लिहिली. ती नाशिकचे लेखक रत्नाकर पटवर्धन ह्यांच्या 'यमी' ह्या कथेवर आधारित आहे. ह्या एकांकिकेचे प्रयोग पुण्याच्या थिएटर ॲकॅडमीने केले. त्यात चंद्रकांत काळे आणि मंजिरी परांजपे ह्यांनी भूमिका केल्या होत्या.

आमची संस्था थिएटर ॲकॅडेमी, पुणे आणि मॅक्स म्युलर भवन, पुणे यांचा साहित्य-सांस्कृतिक संदर्भात १९७९-८० पासून बराच संबंध आला. आधुनिक जर्मन नाटककार टांक्रेड डॉर्स्त आणि गुंथर ग्रास यांच्या नाटकांची तोंडओळख या निमित्ताने झाली. टांक्रेड डॉर्स्त यांच्या 'द वॉल' (भिंत) ही युद्ध विध्वंसाच्या निरर्थकतेविषयक आणि 'द कर्व्ह' (वळण) ही लोकनियुक्त शासनातील सनदी अधिकाऱ्यांच्या भ्रष्टाचाराचा तिरकस वेध घेणारी- अशा दोन एकांकिका मराठीत आणण्याचा योग १९८० मध्ये आला. तरुण कलाकारांमध्ये आजही या एकांकिका सादर केल्या जातात.

मी पुणे विद्यापीठाच्या ललित कला केंद्रामध्ये १९९६ ते २००९ दरम्यान पूर्णवेळ प्राध्यापक आणि विभागप्रमुख ह्या पदी होतो. संगीत, नृत्य आणि नाटकांचे व्यावसायिक पूर्णवेळाचे अभ्यासक्रम ह्या केंद्रात चालतात. नाटकाच्या प्रात्यक्षिक परीक्षांसाठी विद्यार्थ्यांना नेहमी नव्या संहिता लागत. १९९८-९९

ह्या वर्षात जगप्रसिद्ध नोबेल विजेता नाटककार सर हेरॉल्ड पिन्टर ह्यांच्या 'द डम्ब वेटर' ह्या गाजलेल्या एकांकिकेचे 'सुपारी' नावाने मराठीकरण केले. ललित कला केंद्रातील त्या वेळचा विद्यार्थी विनोद लव्हेकर ह्यांनी दिग्दर्शन केले आणि हणमंत सरगर, रामचंद्र काळे ह्यांनी भूमिका केल्या.

इजिप्तमधील नाटककार अल्फ्रेड फराग ह्यांनी लिहिलेली दोन स्वगते 'आळशी अत्तरवाल्याची गोष्ट' आणि 'नशिबवान बाईचे दोन' २०००-०१ ह्या वर्षात मराठीत आणली. विद्यार्थ्यांना घेऊन मी ही स्वगते दिग्दर्शित केली. महाराष्ट्रात अनेक ठिकाणी ललित कला केंद्रातर्फे २०-२५ प्रयोग केले. ह्यात मुक्ता बर्वे/मेघा दिवाकर, चिन्मय केळकर/ मंगेश हाडवळे/ जयंत जठार असे त्या वेळचे विद्यार्थी आलटून-पालटून भूमिका करत असत.

'द टायपिस्ट' ही मरे शिगल ह्या अमेरिकन नाटककाराची एकांकिका 'कर्मचारी' ह्या नावे २००५ मध्ये मंचित झाली. ललित कला केंद्रातील प्राध्यापक आणि पूर्वीचा विद्यार्थी प्रवीण भोळे ह्याने दिग्दर्शन केले. त्यात प्रसन्न पाचवडकर आणि मुग्धा धोमकर ह्यांच्या भूमिका होत्या. तर, अशा ह्या आधारित एकांकिका! तरुण रंगकर्मींना जर ह्या लिखाणात समकालीन संवेदना जाणवल्या, तर त्यांनी त्या जरूर मंचित कराव्यात.

– सतीश आळेकर

टीप : 'नीलकंठ प्रकाशन, पुणे' यांनी २०१० मध्ये 'आधारित एकांकिका' हा संग्रह प्रकाशित केला. त्यात 'भिंत' आणि 'वळण' या दोन एकांकीकांची भर सद्य आवृत्तीत घातला आहे.

अनुक्रम

१

जज्ज

[रिकामे स्टेज. दूरवर आगगाडी धडाडत जाते. दिवस आहे. एका बाजूने मनुष्य येतो. वय सुमारे ६०. हा जज्ज आहे. आजूबाजूचा परिसर न्याहाळतो. चेहऱ्यावरची अस्वस्थता दिसू नये, हा प्रयत्न. स्टेजच्या मध्यावर उभा राहून बोलतो.]

जज्ज : शिरस्तेदार, पहिला साक्षीदार पुकार!

जज्ज : हे माझं गाव. माझा जन्म या गावात झाला. माझ्या पाठीमागे एक उंच चिमणी आहे ना, धूर न ओकणारी? ती एक फॅक्टरी आहे– बिस्किटांची. पण कधी कधी पाव भाजतात तिथे.

[स्तब्धता]

मी एक जज्ज. सरकारने नेमलेला, नि:पक्षपाती न्याय देण्यासाठी. पलीकडचा रस्ता ह्या गावाचा मेन रोड.... बाजूलाच बाजार पण आहे... हॉटेले आहेत... बोर्डिंग आहे.

[फॅक्टरीमधील भोंगा वाजतो.]

..नाही, पण फॅक्टरीमधल्या त्या बिस्किटांचा वास मी अजून विसरलेलो नाही.. इतके दिवस नाही, पण रिटायर होण्याच्या वेळेस मात्र माझी बदली माझ्या गावी झाली... योगायोग. (नकळत स्वत:शीच हसतो. एकदम गंभीर होतो.) माझी शाळा पलीकडे आहे. लहान असताना आम्ही धावायचो दहा–दहा मैल आणि थकलो की.... नाही, नाही...कधी सहा मैलसुद्धा.... थकलो की देवळात जायचो पाणी प्यायला. तिथे एक विहीर होती. पुजारी पाणी शेंदून द्यायचा.

[देवळाची घंटा वाजते.]

मला... मला... त्या देवळाची भीती वाटते... नाही... पण... जुन्या वस्तू... पितळेची भांडी... जुनी खुर्ची... चाकू, कात्र्या... आणि हो, एक सुरी... हस्तिदंती मूठ असलेली. हे सगळं त्या दुकानात मिळायचं. पण मी जज्ज आहे... पण माझी 'क्रॉस' तुम्ही घ्या. म्हणजे असं की... देवळाच्या कडेलाच ते दुकान आहे. पण मला...

[पुन्हा आगगाडी जाते. शिट्टी वाजते, घंटेचा टोला हलतो. जज्ज हसतो.]

...काही नाही. जुन्या आठवणी झाल्या. आताच आलो ह्या गावात, ३.४५ च्या गाडीनं. क्लार्कनं सामान नेलेय पुढं आणि मी त्या लॉजपर्यंत चालत जाणार आहे. क्वार्टर्स आहेत, पण मी एकटाच आहे.... हो, एकटाच आहे.

[अंधार]

[लॉजमधली एक खोली. बुरसटलेला प्रकाश, जज्ज आरामखुर्चीमध्ये धूम्रपान करतो आहे. शेजारी सरकारी वकील आहे. तो तरुण आहे.]

वकील : जज्जसाहेबांची ह्या गावाला बदली झाली. आजचा पहिला दिवस. पण जज्जसाहेबांचा मूड काही बरोबर दिसत नाही. कोर्टातसुद्धा जरा विचित्रच वागत होते. वास्तविक, हे तर त्यांचंच गाव! जाऊ दे! मी इथला सरकारी वकील.

[स्तब्धता]

आज सकाळी आम्ही कोर्टात गेलो. पण साहेब भयंकर अस्वस्थ. त्यांच्या हातात टोकदार काळी पेन्सिल होती. पलीकडेच फाउंटनपेन पडलं होतं.. शिरस्तेदार पुकारत होता.

[शिरस्तेदाराच्या ललकाऱ्या घुमतात]

हा असा. किती वाजले होते, कोण जाणे!

[घड्याळाचे ठोके पडतात.]

आम्ही श्वास रोखून पाहात होतो. विलक्षण शांतता पसरली होती. पण साहेब गप्प! मी त्यांच्याकडे पाहिलं. त्यांची मान

मरगळल्यासारखी कॉलरमध्ये पडली होती. कासवांची असते ना, तशी! त्यांचे कपडे रिकामे असल्यासारखे दिसत होते. मग एकदम ते भडकले आणि म्हणाले-

जज्ज : शिरस्तेदार, पहिला साक्षीदार पुकार!

वकील : पण तुम्हाला सांगू? त्यांच्या रागवण्यात काही अर्थ नव्हता. केस सुरू झाली. मग थोड्या वेळानं साहेबांना कंटाळा आला. कोर्ट उठलं नि आम्ही... आम्ही इथं आलो.

[स्तब्धता]

जज्ज : वकील कुठं गेले? अहो दोंदेऽऽ

दोंदे : (वकिलांचे नाव) मला बोलावलं युवर ऑनर?

जज्ज : (शांतपणे) आज शांतता होती.

दोंदे : (भांबावून) कुठं?

जज्ज : कोर्टरूममध्ये, बेंचवर.

दोंदे : (लक्षात न आल्यासारखं दाखवून) मला काही तसं वाटलं नाही युवर ऑनर!

जज्ज : (स्वत:शीच) मला वाटलं, आज केसमध्ये कुणी तरी विक्षेप आणील, विरोध करील. ह्या शांततेचा भंग करील.

दोंदे : (आज्ञाधारकपणे) हो, आज फार शांतता वाटत होती!

जज्ज : (एकदम) दोंदे, प्रेक्षकांच्या गॅलरीत आज कोण कोण होते?

दोंदे : (गडबडीनं) का... काय?

जज्ज : (कोर्टात विचारतात त्याप्रमाणे) मी विचारतोय, प्रेक्षकांच्या गॅलरीत..

दोंदे : एक म्हातारा झोपला होता मागच्या बाकावर आणि शाळेतल्या मुली आल्या होत्या युवर ऑनर.

जज्ज : शाळेतल्या मुली?

दोंदे : हो. कोर्टाच्या कामाची माहिती व्हावी म्हणून.

जज्ज : आणखी कोण?

दोंदे : बस्स, एवढेच!

जज्ज : (विषय बदलत) दोंदे, माझ्या आधीचे पानवलकर जज्ज होते.

त्यांच्या खूप गमती आहेत! ऐकायच्यात? हा चांगला वकील होता. मग जज्ज झाला. एकदा गाऊन उलटा घालून गेला होता कोर्टात. वकील त्यांना म्हणाला, 'युवर ऑनर, गाऊन उलटा आहे!' पण त्याचा प्रश्न लक्षात न येऊन पानवलकर म्हणाले, 'नेक्स्ट केश्चन!' (मोठ्याने हसतो)

दोंदे : (आज्ञाधारकपणे हसत) गम्मतच आहे म्हणायची!

जज्ज : दोंदे, तुम्हाला विनोद येतात का?

दोंदे : काय?

जज्ज : विनोद! विनोद येतात का सांगायला तुम्हाला? अहो, असे घाबरता काय? हे काही कोर्ट नाही. येत असले तर सांगा. त्याचं काय आहे दोंदे, आपल्याला वेळ घालवायला पाहिजे. करमणूक करून घेतली पाहिजे स्वतःची... पण दोंदे, प्रेक्षकांच्या गॅलरीत आज दुसरं कुणीही नव्हतं?

दोंदे : (सहजपणे) का? कुणी येणारं होतं?

जज्ज : तुम्हाला कसं माहीत?

दोंदे : (भेदरत) मी.... माझा आपला अंदाज...

जज्ज : खरं सांगा मि. दोंदे. (एकदम लक्षात येऊन हसतो) जाऊ दे, कोणी येणार नव्हतं.

[स्तब्धता. दोंदे विनोद सांगायला तोंड उघडणार इतक्यात]

जज्ज : दोंदे, विनोद येत नसला तर राहू दे. तुम्ही चेस् खेळता का चेस्? बुद्धिबळ?

दोंदे : (ओशाळत) –नाही... म्हणजे शिकण्याचा कधी प्रसंगच आला नाही युवर ऑनर.

जज्ज : दोंदे, युवर ऑनर फक्त कोर्टात!

दोंदे : पण जिभेला सवयच पडली ना युवर ऑनर!

(आपण पुन्हा 'युवर ऑनर' म्हटले, हे लक्षात येऊन)

सॉरी... युवर ऑनर...पण–

जज्ज : (त्याचा गोंधळ पाहून हसतो) बरं! पत्त्याचे बंगले बांधता तुम्ही?

[दोंदे नुसता उभा. मघापासून काय चालले आहे, ते त्याला कळत नाही.]

जज्ज : तुम्ही गाता का?

दोंदे : छेऽ छे! युवर ऑनर, काय थट्टा करता आहात तुम्ही मघापासून!

जज्ज : दोंदे, तुम्ही माझी नक्कल करून दाखवा. अंऽ करता नक्कल?

दोंदे : (असह्य होऊन) युवर ऑनर, आपण रेडिओ ऐकू या का?
[स्तब्धता]

जज्ज : अखेर आपण रेडिओवर येऊन ठेपलो! बरं, मी तुम्हाला केस कशी चालवावी, ते सांगतो. तुम्ही तरुण आहात, खूप शिकता येईल तुम्हाला माझ्यापासून...

दोंदे : (नकळत) हो ना!

जज्ज : बारमध्ये नाव कमावलं पाहिजे तुम्ही.

दोंदे : हो, पण...

जज्ज : तुमच्या घरची जबाबदारी तुमच्यावरच असेल?

दोंदे : पण..

जज्ज : (जोरात) दोंदे, तुम्ही पाणी प्या, (मऊ स्वरात) म्हणजे बरं वाटेल.
[स्तब्धता]
आणि मला पण द्या. पलीकडे तांब्या आहे. पाण्यामुळे माणसाच्या अंगात धैर्य येतं मि. दोंदे. प्या, पाणी प्या!
[दोघेही पाणी पितात. स्तब्धता]

दोंदे : आता मी काय करावं, अशी तुमची अपेक्षा आहे युवर ऑनर?

जज्ज : क्रॉस? क्रॉस एक्झामिनेशन! उलटतपासणी.

दोंदे : क्रॉस?

जज्ज : जो चांगली 'क्रॉस' घेतो, तोच चांगला वकील होऊ शकतो. तुम्ही येता काय? नाही तर आत्ता घ्या.

दोंदे : (विलक्षण आश्चर्याने) आत्ता?

जज्ज : (सिगारेट विझवून खेळण्यास सज्ज झाल्यासारखा) हो, आत्ता!

दोंदे : पण कशी?

जज्ज : माझी घ्या! त्यात एवढं काय आहे? असं की, मी साक्षीदार आहे. माझ्या वकिलाने प्रश्न विचारले आहेत. तेव्हा तुम्ही आता माझी उलटतपासणी घ्या!

दोंदे : (भाबडेपणाने) पण केस कुठली?

जज्ज : कुठलीही घ्या. माझ्यावर खुनाचा आरोप... पण नाही, मी साक्षीदार आहे, नाही का? पाच वर्षांच्या मुलानं खून केला किंवा बाईला पळवलं, ही नको. मग अफरातफर घ्या, नाही तर बलात्कार किंवा विनयभंग, घरफोडी, कुत्र्याचा बिल्ला न काढणे...

दोंदे : (वैतागत) पण... पण कशाकरता युवर ऑनर?

जज्ज : मला प्रश्न विचारू नका!

दोंदे : सॉरी युवर ऑनर.

जज्ज : पॉज...

दोंदे : काय?

जज्ज : शांतता. स्तब्धता. आता तुम्हाला स्तब्धतेची गरज आहे. मनात दहा आकडे मोजा. हवे तर पाच मोजा आणि आपल्या खेळाला, उलटतपासणीला सुरवात करा. घाबरू नका. आकडे मोजा.

दोंदे : मोजतोय.

जज्ज : सावकाश मोजा. अंगात धैर्य येईपर्यंत मोजा.

[अस्वस्थ करणारी स्तब्धता. शेवटी दोंदे कसाबसा प्रश्न विचारतो]

दोंदे : तुम्ही काल ह्या गावात आल्यानंतर स्टेशनवरून लॉजवर चालत का आलात?

जज्ज : (थोडा अस्वस्थ) छान! छान प्रश्न विचारला. आता मी का चालत आलो? (विचार करून) अहो, मी ह्या गावातलाच. मला गाव कसं बदललंय हे पाहायचं होतं आणि–

दोंदे : येस्... पुढं बोला–

जज्ज : नेक्स्ट क्वेश्चन मि. दोंदे!

दोंदे : (मघापेक्षा सहजपणे) मला आश्चर्य वाटले.

जज्ज : (वाक्य तोडत) वाटून देऊ नका. जे विचारायचे ते प्रश्न स्वच्छ व सरळ विचारा.

दोंदे : तुम्हाला जर गाव बघायचं होतं, तर मग चालत येण्याचं काय कारण? तुमची तर इथे बदली झाली, नाही का? मग तुम्ही....

जज्ज : गाव नंतर पाहू शकला नसता का? होय, कारण ते मला येता–

येताच बघायचं होतं.

दोंदे : पण...

जज्ज : आणि दुसरं असं की, मी एक जज्ज आहे. ह्या गावातून चालताना मला असं वाटलं की, तुम्हाला हे...

दोंदे : मला वाटलं...

जज्ज : काय?

दोंदे : तुम्ही मला प्रश्न विचारू देणार नाही.

जज्ज : वा! का नाही? कम् ऑन मि. दोंदे.

दोंदे : तुम्हाला हे गाव आवडलं?

जज्ज : दोंदे, संदर्भ सोडून प्रश्न विचारू नका. मागचा प्रश्न पाहून पुढचा प्रश्न विचारा.

दोंदे : (तो आता धीट होतो) तुम्ही एक न्यायाधीश. तुम्हाला गावात मान आहे, प्रतिष्ठा आहे आणि तरी इथपर्यंत चालत येणं हे तुम्हाला बरं वाटलं का?

जज्ज : (आत्मीयतेने) हे माझं गाव. माझं जन्मस्थान (काही तरी आठवून)... नाही, मला... मला....नाही गाव...

दोंदे : (सराईतपणे) इतकी वर्षं तुम्ही जज्ज आहात. अनेक गावांना तुमच्या बदल्या झाल्या. पण तुमच्या स्वतःच्या गावाला बदली पहिल्यांदाच झाली. मला असं वाटतं की, वास्तविक तुम्ही अगोदरच बदली करून घ्यायला हवी होती. सरकारनं तुम्हाला बदली कुठं हवी म्हणून विचारलं, तेव्हा ह्या गावाचं नाव ह्याच वेळी का सांगितलं किंवा त्या वेळी तुम्ही ते का सांगितलं नाहीत?

जज्ज : (एकदम) कुणी सांगितलं तुम्हाला असं? नाही. मी उत्तर द्यायचं, प्रश्न तुम्ही विचारणार. मला या गावी यायचं नव्हतं, कारण ह्या गावात यायची माझी इच्छा नव्हती. दॅट्स ऑल! ह्या गावाशी काही आठवणी निगडित आहेत– दुःखद आठवणी.

दोंदे : अजूनही त्या आहेत का?

जज्ज : त्या... काय?

दोंदे : मी विचारतोय, त्या दुःखद आठवणी अजूनही आहेत का?

जज्ज : हो... आहेत.

दोंदे : पूर्वी होत्या तितक्याच तीव्र?

जज्ज : अंऽऽ हो, तितक्याच तीव्र.

दोंदे : मग तुम्ही मला असं सांगा की, एरवी, दुसरी गावं असताना ह्या वेळी तुम्ही हेच गाव का निवडलंत?

जज्ज : त्याचं काय आहे (उत्तर काय द्यावे, कळत नाही.)- पानवलकर म्हणाले, तुम्ही या गावी या, हवा चांगली आहे. मि. दोंदे, प्लीज रिपीट द क्वेश्चन!

दोंदे : काय?

जज्ज : मला वाटलं, तुम्ही म्हणाल, 'न घाबरता उत्तर द्या, म्हणजे कोर्टाला नीट ऐकू जाईल.' लक्षात ठेवा दोंदे, साक्षीदाराला विचार करायला कधीही वेळ द्यायचा नसतो.

दोंदे : उत्तर लवकर द्या!

जज्ज : त्याचं काय आहे की, कोर्टाच्या एका विशिष्ट कामामुळे ह्या गावी येऊ शकलो नाही.

दोंदे : ते विशिष्ट काम म्हणजे, एखादी केस होऊ शकेल की ज्यामुळे तुम्ही ह्या गावात येण्याचं टाळत होता?

जज्ज : मला असं वाटतं की, ह्या प्रश्नाचं उत्तर तुम्हाला माहीत आहे.

दोंदे : माहीत असतं, तर तुम्हाला विचारण्याचं काहीच कारण नव्हतं.

जज्ज : छान! दोंदे, वकिलाला एखाद्या प्रश्नाचं उत्तर निश्चितपणे माहीत असतं, तेव्हाच तो साक्षीदाराला प्रश्न विचारतो. नाही तर फार मोठा घोटाळा होतो.
[दोंदे चाळा म्हणून तेथे पडलेली एक फाईल चाळायला लागतो.]
तुम्हाला ती केस त्या फाईलमध्ये सापडणार नाही.
[स्तब्धता]

दोंदे : नाही. मी आपला सहज.... बाय द वे, अजून ती केस बोर्डावर आली नाही?

जज्ज : नाही, अजून नाही.

दोंदे : केस फार नवी आहे का?

जज्ज : नाही.

दोंदे : मग केस फार जुनी असली पाहिजे.

जज्ज : हो.

दोंदे : पण ही जुनी केस तुम्हाला इंटरेस्टिंग का वाटते? तुम्हाला ह्याच केसमध्ये इंटरेस्ट वाटण्याचं कारण काय?

जज्ज : कारण त्या केसमध्ये माझ्या निकटचे परिचित लोक गुंतलेले आहेत. कळलं? (पाणी पितो.)

दोंदे : म्हणजे ह्या गावाला येण्याचं टाळण्यात ही केस तुम्हाला चालवायला लागू नये, असा तुमचा उद्देश होता.
[जज्ज घामाने भरलेले कपाळ पुसतो]

जज्ज : (मुद्दाम हसत) उत्तम!

दोंदे : काय?

जज्ज : चांगली केस लढवशील तू! संपले तुमचे प्रश्न?

दोंदे : फक्त एकच राहिलाय.

जज्ज : लवकर विचार. मला अंघोळीला जायचंय. आज फार उकडतंय, नाही? नंतर चहा पिऊ या आपण.

दोंदे : आज कोर्टात कुणी यावं, अशी तुम्ही अपेक्षा करत होता?

जज्ज : कोर्टात....

दोंदे : आय रिपीट द क्वेश्चन- प्रेक्षकांच्या गॅलरीत आज कुणी यावं, असं तुम्हाला वाटतं होतं?

जज्ज : म्हणजे... मी...

दोंदे : कोर्टाच्या कामात कुणी तरी विक्षेप आणील, असं तुम्हाला का वाटत होतं?
[जज्ज अस्वस्थ. काहीही उत्तर देत नाही]

जज्ज : तुम्हाला तसं वाटण्याचं कारण?

दोंदे : कारण तुम्हीच तसं म्हणालात.

जज्ज : कधी?

दोंदे : आत्ता, काही वेळापूर्वी

जज्ज : मला वाटलं, कुणी तरी येऊन म्हणेल की, हा न्यायाधीश न्याय

देण्यास योग्य नाही आणि हे कुणी तरी आक्रंदून म्हणेल.

दोंदे : का? वयस्कर झाल्यामुळे?

जज्ज : नाही.

दोंदे : ऐकायला कमी येतं म्हणून?

जज्ज : मी बहिरा नाही.

दोंदे : मग तुम्हाला तसं वाटण्याचं कारण?

जज्ज : कारण, एक गुन्हा- न्याय न मिळालेला एक गुन्हा.

दोंदे : म्हणजे तुम्हाला एक्झॅक्टली काय म्हणायचंय?

जज्ज : त्या गुन्ह्यातून तो सुटला, शिक्षा न होता.

दोंदे : का? कुणी खटला भरला नाही?

जज्ज : अंऽ? नाही! कुणाला गुन्हा माहितीच नाही.

[स्तब्धता]

दोंदे : आज कोर्टात फार शांतता होती!

जज्ज : तो मनात फार जळत असेल.

दोंदे : अजून तो या गावात आहे?

[जज्ज भयंकर अस्वस्थ. मोठ्याने आवाज फुटत नाही. पण म्हणतो]

जज्ज : ती त्याला विसरू शकली नसेल.

दोंदे : (विलक्षण आश्चर्याने) ती?

जज्ज : ती त्याबद्दल एक अक्षरही कधी बोलली नाही.

दोंदे : ह्याचा अर्थ, तो गुन्हा गंभीर नसला पाहिजे.

जज्ज : नाही हो, तो गंभीरच गुन्हा होता. फार-फार वाईट गोष्ट होती ती!

दोंदे : पण प्रत्येक 'वाईट गोष्ट' ही गुन्हा असू शकतेच असे नाही.

जज्ज : आणि प्रत्येक गुन्हासुद्धा वाईट असू शकतो?

दोंदे : ते त्या गुन्ह्यावर अवलंबून राहील आणि...

जज्ज : पण हे सगळं तू मला विचारलंच पाहिजे का?

दोंदे : (विलक्षण हुरूप येऊन) अर्थात! माझ्या प्रश्नाचं उत्तर मिळेपर्यंत. कारण हेच प्रमुख तत्त्व आहे.

जज्ज : कशाचे?

दोंदे : उलटतपासणीचे.

जज्ज : तुझे प्रोफेसर फार हुशार असले पाहिजेत.

दोंदे : मलाही आता असंच वाटायला लागलंय. आपण गुन्ह्यासंबंधी बोलत होतो. प्लीज, माझ्या प्रश्नाचं उत्तर द्या. मी म्हणत होतो की, गुन्ह्याची व्याख्या अनिश्चित आहे. तुमचं यावर काय मत आहे?

जज्ज : (मघाच्याच मूडमध्ये) तिच्या हातून नकळत गुन्हा घडला. तिला बळजबरीनं त्या गुन्ह्यात गोवलं गेलं आणि मला वाटतं की, एवढं उत्तर पुरे झालं.

दोंदे : (गोंधळून) मला काहीच समजेनासं झालंय. 'कुणी' एक गुन्हेगार आहे की, ज्याने त्या बाईला त्या गुन्ह्यात गोवलं– त्यासंबंधी मला अधिक माहिती देता?

जज्ज : मी तुम्हाला सांगतोय की, तिने त्याला त्याबद्दल क्षमा केली.

दोंदे : तिने जर क्षमा केली असती, तर प्रेक्षकांच्या गॅलरीत येऊन कुणी तरी तुमच्या पात्रतेविषयी शंका घेईल, अशी शंका वाटण्याचं काहीच कारण नव्हतं.

जज्ज : पण ती शांत आहे. अबोल आहे. मला... मला कळत नाही.

दोंदे : मला असं वाटतंय की, ती त्या गुन्ह्यात गोवली गेली असताना आपणहून बोलेल कशी? तिला साहजिकच भीती वाटेल. स्वत:हून आपल्याकडे तुमचं लक्ष कशाला वेधून घेईल?

जज्ज : पण... पण तिला घाबरण्याचं काहीच कारण नाही.

दोंदे : तुम्हाला त्या गुन्ह्याची माहिती आहे, हे तिला कळलं असलं पाहिजे. म्हणून ती आपणहून बोलणार नाही.
[स्तब्धता]
मला असं सांगा, हे सगळं खरं आहे?

जज्ज : ह्या प्रश्नाचं उत्तर द्यायला मी नकार देतो.

दोंदे : का?

जज्ज : कारण अशा तऱ्हेच्या प्रश्नाला उत्तर देण्याची साक्षीदारावर सक्ती नाही.

दोंदे : (धीर एकवटून) ह्याचा अर्थ... तुमचा त्या गुन्ह्याशी संबंध असला पाहिजे.

जज्ज : (कसल्या तरी निश्चयाने) दोंदे, पलीकडची सूटकेस घ्या जरा!
[दोंदे सूटकेस आणून देतो. जज्ज बॅगेतून एक पुडके काढतो. बॅग बंद करून ठेवून देतो.]

जज्ज : एक देऊळ होतं. अजून आहे. बाजूला एक दुकान आहे. जुन्या वस्तू मिळतात तिथे. चाकू, सुऱ्या, कात्र्या. दुकान चालवायचा एक म्हातारा- पुजारी. आम्हाला पाणी शेंदून देणारा. म्हाताऱ्याची एक मुलगी शाळेत जायची. मी तिची वाट बघत रस्त्यावर थांबत असे. मी असेन २०-२१ वर्षांचा आणि ती पंधरा वर्षांची. तिचं दुकान मला माहीत होतं. देऊळ जुनं होत चाललंय. म्हातारा खचतोय... ती..ती.. मुलगी वाढत होती. म्हातारा एक दिवस मेला. गावकऱ्यांनी त्याला जाळला. नंतर दोन-तीन दिवसांनी मी तिच्या दुकानात गेलो. एक फळी उघडी होती. 'जुनी खुर्ची पाहिजे' म्हणून सांगितलं, कारण... कारण ती खुर्ची माळ्यावर होती. ती आणि मी वर गेलो, माळ्यावर....आणि... आणि... ती मुलगी बाई झाली. पलीकडे एक हस्तिदंती मुठीची सुरी पडली होती. सहज ती येताना बरोबर आणली होती. पण त्या सुरीचा उपयोग मी कधीच केला नाही, कारण तेवढं धैर्य नाही माझ्या अंगात. तिला दिवस गेले आणि माझ्या मुलाला तिनं ठार मारलं. तिनं माझ्या मुलाचा खून केला. कारण... कारण... मी आता तिथं असलेला एक न्यायाधीश. अशा परिस्थितीत ह्या गावात दोंदे, मी न्याय कसा देणार? मी स्टेशनपासून चालत आलो... कारण मला ते देऊळ, ते दुकान लांबून बघायचं होतं. मला... मला वाटलं, आज ती कोर्टात येऊन ओरडून सांगेल की- हा... हा माणूस ह्या जागेला पात्र नाही. हा नीच आहे, हलकट आहे. पण नाही... ती कधीच बोलली नाही. अशा ह्या नि:पक्षपाती न्याय देणाऱ्या न्यायाधीशाला कुणी न्याय देत नाही. त्याच्यावर खटला कुणी भरत नाही. त्याला शिक्षा कुणी देत नाही.

[जज्ज सुन्नपणे खुर्चीत बसतो. पुडके सोडतो. ती एक हस्तिदंती मुठीची सुरी आहे. ती सुरी तो टेबलावर टोचून ठेवतो. बसलेल्या धक्क्यामुळे सुरी हेलकावत राहते. दोंदेचा हात अभावितपणे पाण्याच्या तांब्याकडे वळतो. दूरवर देवळाची घंटा मंदपणे वाजत असतानाच- पडदा]

(*पूर्वप्रसिद्धी : मनोहर मासिक, नोव्हेंबर १९७०*)

मूळ लेखक : जॉर्ज मॉर्टिमर (१९२३-२००९)
मूळ एकांकिका : द जज्ज (१९६७)

२.

यमूचे रहस्य

[पडदा वर जातो तेव्हा अंधार. हळूहळू उजाडते. एक मध्यमवयीन तरुण– वय पस्तीसच्या आसपास– दिसायला लागतो. ऑफिसमध्ये जाण्याचा पोशाख त्याने घातलेला आहे. बऱ्यापैकी ऑफिसर असावा. एकटाच स्टेजवर फिरतो आहे. काही तरी शोधत असावा. इतक्यात विंगेत कुणी तरी दिसते, त्या दिशेने पाहत ओरडून म्हणतो.]

गृहस्थ : अहोऽ शाळा कुठे गेली हो इथली? म्हणजे, इथं एक शाळा होती ना? हो, तीच! होऽ हो, आमच्या यमूचीच. अजून सुटली नाही? नसू दे, नसू दे! म्हणजे असते इथंच ना? नाही तर बोंब व्हायची. मी थांबतो शाळा सुटेपर्यंत. (गुणगुणतो.)

आता माझी पाळी ।
यमू देते टाळी ।
फुलव पिसारा नाच...

च्यायला! यमू माझी लांडोर! तिचा कसला बोडक्याचा पिसारा! दॅट रिमाइंड्स मी– घरी धूप जाळला पाहिजे. मोराच्या पिसाऱ्यानी धूर झाडला पाहिजे. डासांची संख्या अशा रीतीने कमी झाली पाहिजे, म्हणजे यमूला शांत झोप लागेल. डास चावणार नाहीत. रक्त शोषणार नाहीत. यमूच्या आईला धूप आवडत नाही. तिला डास चावू देत. यमूच्या आईचं– आमच्या मालतीचं रक्त शोषू देत. देवा रे देवा– किंवा आकाशातल्या बाप्पा, यमूची शाळा लवकर सोड. मला माझ्या आईच्या घरी जायचंय अजून. उद्या ऑफिसला सुट्टी म्हणजे आजच जायला पाहिजे. उद्या मला यमूला घेऊन आईकडे जाता येणार नाही. घरी जायला उशीर झाला म्हणजे मालती बोंब मारणार. मालती आर्किटेक्ट असली, तरी अखेर माझ्या मुलीची

माता आहे. नाही, नाहीऽऽ आमचे एक कुटुंब लहान आणि सुख महान आहे, हे विसरून चालणार नाही. (हाक मारतो.)

यमू ऽ ए ऽ यमूऽऽ ये गं. शाळा सुटली तुझी? आज तुला घरी घेऊन जाण्याची माझी पाळी आहे. कारण यमूची आई नोकरी करते. आर्किटेक्ट आहे साली.

यमू लवकर ये गं. घरी मालू वाट पाहत असेल. तिला रात्री नाटकाला जायचंय, पण मी नाही जाणार. अगं, मी तुझा साक्षात बाप! सांभाळीन मी तुला पोरी. पण तुझी शाळा लवकर सुटू दे.

[शाळा सुटल्याची घंटा वाजते. खूप मुलांचा घोळका स्टेजच्या ह्या विंगेतून येऊन त्या विंगेत गेल्याचा आवाज येतो. आवाजापाठोपाठ लहान मुलांचा कोरस तालात ऐकू येतो.

शाळा सुटली, पाटी फुटली
आई मजला भूक लागली।

ह्या आवाजाच्या पार्श्वभूमीवर गृहस्थ यमूला शोधण्याचा प्रयत्न करतो. पण यमू दिसत नाही म्हणून तो कष्टी होतो.]

यमू, पाटी फुटली तुझी? आपण दुसरी आणू तुला पाटी. अशी लपून बसू नकोस गं! लवकर सापड. मला सापड लवकर. अगं, तुला ट्रिपल पोलिओचा शेवटचा डोस अजून द्यायचाय. नाहीऽ नाहीऽ यमू, तुला शाळेत हे गेलंच पाहिजे. मोठेपणी तुला आई व्हायचंय ना? मग शाळेत न जाऊन कसं चालेल? शाळेत जा. पण अशी हरवून जाऊ नकोस गं. मला पोलिसांकडे जायला लावू नकोस. मला कुणाला सॅल्यूट करायला आवडत नाही. कुणी तसा माणूस बघितला की, सॅल्यूट केल्याशिवाय राहवत नाही. यमू... मी रडेन आता. तू सापड. रडल्यावर मला झोप येते. (हळूहळू त्याला गुंगी यायला लागते.)

मला अगदी तुझ्यासारखी झोप येते आणि झोप आल्यावर मालू मला तीट लावेल तुझ्यासारखी... आली बघ... मला... मला झोप आली...

[फक्त त्याच्यावर प्रकाश. शांतता. तो झोपला आहे. एक अत्यंत

कठोर आवाज शांततचा भंग करतो.]

आवाज : ओऽऽ उठा! झोपलाय काय सांजच्या पारी? उठाऽ
[गृहस्थ गडबडून उठण्याचा प्रयत्न करू लागतो.]
जावा, घरी जावा. ही काय झोपण्याची जागा आहे काय?

गृहस्थ : पण शाळा... अजून सुटली नाही.

आवाज : मघाची घंटा ऐकली नाही काय?

गृहस्थ : अहो, पण अजून आमची यमू आली नाही तोपर्यंत शाळा सुटेलच कशी?

आवाज : शाळा सुटली मघाच. उगाच भेजा खराब करू नका आपला!

गृहस्थ : अहो, पण आमची यमू?

आवाज : तिची आय येऊन घेऊन गेली आसंल!

गृहस्थ : तुम्ही कोण?

आवाज : मी रखवालदार शाळेचा!

गृहस्थ : सॉरी हं रखवालदार. काही वेळा यमूची आई गंमत करते. म्हणजे यमूला शाळेतून आणण्याची पाळी माझी असते. पण यमूची आई–मालतीच परस्पर घेऊन जाते आणि....

आवाज : जावा, घरला जावा... फुकट ताण तिच्या मायला!
[प्रकाश पूर्ववत् होत असतो. एक रिकामी आरामखुर्ची दिसू लागते. त्यात नुसता कापसाचा ढीग ठेवलेला असतो. त्या खुर्चीवर गृहस्थाची वृद्ध आई बसलेली आहे, अशी कल्पना. आई दिसत नाही, फक्त आवाज तेवढा ऐकू येतो.]

आईचा आवाज : ये मधू, आलास का? यमू कुठाय?
[आरामखुर्चीवर आई आहे, अशी कल्पना करून मधू बोलतो.]

मधू : जरा घोटाळा झाला आई. म्हणजे, मी गेलो होतो शाळेत... पण मालू तिला आधीच घेऊन गेली बघ.

आईचा आवाज : म्हणजे शाळा सुटण्याच्या आधीच घेऊन गेली? असं करून कसं चालेल?

शाळेकडे दुर्लक्ष करू नका म्हणावं. तरी मी तुला सांगत होते मधू, परभटाची मुलगी करू नकोस म्हणून. त्यात तिची नोकरी; म्हणजे घरात लक्ष शून्य! बरं, पडसं कसं आहे यमूचं?

मधू : आता बरंय.

आईचा आवाज : बरंय म्हणजे, अजून आहेच शेंबूड नाकाला. मी गोळ्या देते त्या द्यायच्या तिला. गोड गोळ्या आहेत. औषधाच्या आहेत, हे कळायचंसुद्धा नाही बघ. आणि हे बघ, सूनबाईला सांग- म्हणावं, गुरुवारी रात्री या सगळे जेवायला. काय म्हणते मी?

मधू : हो...

आईचा आवाज : हो नाही, येतो म्हण.

मधू : हो, येतो. यमूला घेऊन येतो. तुझा दमा कसा आहे आता?

आईचा आवाज : दम्याचं काय घेऊन बसलास वेड्या? गुरुवारी आलास आणि मी बोलले तर जिवंत आहे समज, नाही तर पोचीव मसणवटीत!
[खुर्चीवरचा प्रकाश मंद होऊ लागतो.]

मधू : असं बोलू नये आई. अगं, मी तुझा एकुलता एक मुलगा. मला पोरकं करून गेलीस आई, तर माझ्या यमूला आजी कुठून आणू? तू मरू नकोस आई, मी येतो बघ गुरुवारी. [आरामखुर्ची अदृश्य होते. मधू स्वतःच्याच तंद्रीत 'तू मरू नकोस आई' असे काही तरी पुटपुटत राहतो. तोच त्याला लहान मुलीच्या आवाजात पुढील कविता ऐकू येते-
ये रे ये रे पावसाऽऽऽ
तुला देते पैसाऽऽ पैसा झाला खोऽऽटा
पाऊस आला मोऽऽठा'
प्रकाश पूर्ववत् होतो. मधू घरी आला आहे. मधू पँट काढून पायजमा घालू लागतो. मालती घरी येते. वय तीस-पस्तीसच्या दरम्यान]

मधू : यमूला तू आणलंस मालू?

मालती : हं.

मधू : काय म्हणून? आज कुणाचा नंबर होता?

मालती : तुमचा.

मधू : मग तिला बापापासून दूर ठेवावं, असं का वाटतं तुला?

मालती : देवाशपथ खरं सांगेन, खोटं सांगणार नाही की– हे आपलं घर आहे, कोर्ट नाही! (हसते.)

मधू : आर्किटेक्ट साली!

मालती : शिव्या देऊ नका. पायजम्याची नाडी लोंबतीय, ती वर खोचा. यमूनं पाहिलं तर हसेल ती तुम्हाला.

मधू : (नाडी वर खोचत) सोडीन, नाडीच काय, पायजमासुद्धा सोडीन! पण माझा पायजमा मी काय म्हणून सोडायचा?

मालती : परस्परविरोधी वाक्यं बोलू नका!

मधू : यमू कुठाय?

मालती : मला माहिती नाही.

मधू : तिला शाळेतून कोण घेऊन आलं?

मालती : मला माहिती नाही.

मधू : तू मघाशी 'हो' म्हणालीस.

मालती : मी माझी मतं बदलू शकते.

मधू : पण घडलेली घटना बदलू शकत नाहीस.

मालती : घटनादेखील मी बदलू शकते.

मधू : घडलेली घटना तू कशी बदलणार मालू?

मालती : हे पाहा, तुम्हाला वाद घालायचाय का? माझ्या वडिलांशी घाला. मी त्यांची मुलगी आहे.

मधू : माझा त्याच्याशी काहीही संबंध नाही. मी दमून आलोय. मला सांग, यमू घरी आली कशी?

मालती : रखवालदारानं पोचवली.

मधू : खोटं! साफ खोटं! यमूची शाळा सुटायला उशीर झाला. मला जरा ग्लानी आली म्हणून मी लवंडलो होतो. तोच रखवालदारानं मला उठवलं. तो म्हणाला–

मालती : काय म्हणाला?

मधू : म्हणाला की, यमूची आई घेऊन गेली.

मालती : खोटं! तुम्ही बसा यमूच्या शाळेत घोरत. यमू रडू लागली. शाळा सुटल्यावर तिला कुणी न्यायलाच आलं नाही. शेवटी रखवालदाराला दया आली, म्हणून त्यानं आणून पोचवली. कुठं तडफडला होता इतका वेळ? आईकडे गेला असाल! बोला ना, बोला! आता गप्प का? रोज उठून आईकडे! काय ठेवलंय डबोलं तुमच्या म्हातारीकडे? दमेकरी मेली!
[शांतता]

मधू : मला वाटलं, यमू रडत-रडत माझ्या आईकडे गेली असेल, म्हणून मग मी...

मालती : जे काय खोटं बोलायचंय, ते नीट ठरवून तरी बोलत जा! मघाशी म्हणालात की, यमूला घेऊन मी आले म्हणून. खरं सांगा, आईकडे कशाला गेला होतात?

मधू : मला वाटतं, यमू...

मालती : यमूच्या पडशाबद्दल बोलणं झालं असेल?

मधू : हो, कारण...

मालती : हज्जार वेळा तुम्हाला सांगितलं की, घरातल्या गोष्टी घरात ठेवत जा म्हणून. सासूबाईंचा ह्यात काय संबंध?

मधू : पण हे घर माझं नाहीये.

मालती : हे घर तुमचं नाही, कारण तुम्ही आईच्या घरचे. मग हे घर कुणाचं?

मधू : तुझं.

मालती : नाही, हे घर माझं नाही.

मधू : का?

मालती : का? कारण अहो, मी परभटाची! ह्या घराशी माझा संबंध कसा असेल?

मधू : आपल्या यमूचं हे घर.

मालती : आता वळणावर आलात. पडशाबद्दल काय म्हणाल्या?

मधू : कोण?

मालती : तुमची आई. दुसरं एवढं कोण म्हणणार आहे?

मधू : ती म्हणाली की, पडसं कसं आहे? मी म्हणालो, आता बरंच बरंय.

मालती : मग तिनं औषधं दिलं असणार?

मधू : हो.

मालती : हो? पुन्हा तिला त्या म्हातारीचं औषधं आणलंत? आणि....

मधू : माझी आई म्हातारी! तुझ्या बापाचं नाक तेवढं सरळ!

मालती : मला माझ्या वडलांबद्दल बोललेलं चालणार नाही! त्यांच्यासारखा तेजाळ चेहरा शोधून सापडणार नाही. सरळ नाक, घारे-घारे डोळे, गोरापान वर्ण...

मधू : माझी आई जरी म्हातारी असली, तरी माझी आहे! तिच्याबद्दल बोललेलं मला चालणार नाही! ती औषध देते, विष नाही देत! तू तिचा एवढा द्वेष का करतेस?

मालती : मी तिचा द्वेष करते, कारण ती माझी सासू आहे. सासूचा द्वेष करणे ही आपली परंपरा आहे. आणखी काय म्हणाली म्हातारी?

मधू : म्हणाली, यमू येऊन गेली.

मालती : म्हणजे शाळेच्या मधल्या सुट्टीत यमू त्यांच्याकडे गेली होती. रखवालदार बोलला नाही.

मधू : रखवालदाराचा काहीही संबंध नाही. यमूला तू आणलंस.

मालती : यमूला मी आणलं नाही. कारण....

मधू : कारण काय?

मालती : मी- मी शाळेत गेले होते. शाळा चालू होती. मी वर्गात गेले, तर एकोणपन्नास मुलं हजर. गैरहजर नंबर पन्नास... आणि यमूचा नंबर पन्नासावा आहे.

[शांतता]

मधू : मग काय झालं?

मालती : मी चौकशी केली, तर कुणी काही बोलेना. वर्गातल्या बाई म्हणाल्या, ''तास संपल्यावर या, म्हणजे सांगते.'' मी यमूचा रिकामा बाक बघितला आणि माझा धीरच गेला. तिथून निघाले तोच बाहेर रखवालदार भेटला. तो म्हणाला की...

मधू : काय म्हणाला? मालू, तो काय म्हणाला?

मालती : म्हणाला की, तुमची मुलगी मधल्या सुट्टीपर्यंत होती; आत्ता नाही. म्हणजे ती जवळ असलेल्या आजोळी गेली असणार. म्हातारीनं तिला औषध दिलं असणार.

मधू : आईनं औषध दिलेलं नाही.

मालती : कशावरून?

मधू : आईनं औषध माझ्याजवळ दिलं, यमूला देण्यासाठी. (खिशातून औषध काढून दाखवतो.)

मालती : कशावरून? वर्गामध्ये मला दिसली नाही. रखवालदाराला माहिती नाही.

मधू : तू तिला शाळेतून घेऊन आलीस.

मालती : मी तिला आणलेलं नाही. रखवालदारानं आणून पोचवली.

मधू : तू तिला घेऊन.... नाही...नाहीऽ

मालती : मी तिला घेऊन....नाही ... नाहीऽ

मधू : तू तिला घेऊन ना... ही... नाही.

मालती : मी तिला घेऊन नाही... नाही.

मधू : तू मला घेऊन... नाही... नाही.

मालती : मी तुला घेऊन... नाही... नाही.

[हे वाढते आहे. त्यामधून परत एका लहान मुलीच्या गोड आवाजात गाणे ऐकू येते. 'ये रे ये रे पावसा...'
मधू आणि मालती ह्यांचे लक्ष भांडणावरून त्या गाण्याकडे जाते. क्षणभर शांतता. गाणे सुरू आहे.]

मालती : अय्याऽऽ गाणं?

मधू : हो. पावसाचं गाणं ऐकू येतंय.

मालती : (इकडे-तिकडे पाहत) कोण गाणं म्हणतंय तरी?

मधू : आपली यमू!

मालती : अय्याऽ म्हणजे? यमू कधी घरी आली?

मधू : म्हणजे काय? अजून यमू घरी आलेलीच नव्हती?

मालती : नाही.

मधू : मग आत्ता कशी आली?

मालती : चालत आली असेल.

मधू : माझ्याशी खोटं बोललीस?

मालती : मी खोटं बोलले नाही. यमू तुमच्या आईकडे गेली होती.

मधू : यमू आईकडे गेलेली नव्हती.

मालती : बरं. आता आलीय ती, तर काय म्हणते बघा की–

मधू : का? मी का बघा? अं? मी का बघा? ती तुझी मुलगी नाही? जा बघ, जा. तिला भूक लागली असेल.

मालती : हेच– मला हेच तुमचं कळत नाही! मी काय म्हणून प्रत्येक वेळा जायचं?

मधू : कारण तू एका क्षणाची पत्नी असून अनंत काळची माता आहेस. जा लवकर, नाही तर यमू अनंतात विलीन होईल.

[हे होईपर्यंत सतत कमी–जास्त आवाजात :

'ये रे ये रे पावसा

तुला देते पैसा

पैसा झाला खोटा

पाऊस आला मोठा'

एवढेच गाणे परत परत ऐकू येत असते.]

मालती : एवढे मोठे बाप झालात आणि मुलीला साधं कवितेचं पुढचं कडवं शिकवता येत नाही. हिंमत असेल, तर दुसरं कडवं शिकवा की तिला.

मधू : हिंमत कसली आलीय त्यात? दुसरं कडवं शिकवलं, तर पुढचं म्हणेल. तू शिकव तिला.

मालती : (हसत) छोट्या मुलीचे तुम्ही मोठे बाप आहात. मी मोठ्या बापाची छोटी बायको. ज्या बापाला पायजम्याची नाडी बांधता येत नाही, त्यानं गाण शिकवावं.

मधू : (वैतागून) यमूऽऽ पायजमा न बांधता येणारा मी तुझा बाप– दुसरे कडवं शिकवतोय! म्हण :

ये गं ये गं सरीऽऽ

माझं मडकं भरीऽऽ

[कुणीच काही म्हणत नाही. शांतता.]

असं काय करतेस यमू? गाणं म्हण ना? पहिलं कडवं म्हटलंस, आता दुसरं म्हणायला काय झालं?

मालती : अहो, आत्ता शाळेतून आलीय ती. दमली असेल. एकदम कसं गाणं म्हणेल?

मधू : दमायला काय झालं? मी तिचा बाप आहे. तिच्याकरता एवढं करतो, तर साधं गाणं तिला म्हणता येऊ नये?

म्हण : ये गं ये गं सरीऽऽ

[कुणीच गाणे म्हणत नाही. मग मधू हातात पट्टी घेतो. फक्त त्याच्यावर प्रकाश. विरुद्ध बाजूला मालती उभी. तिच्यावर फक्त मंद प्रकाश]

(हातात पट्टी घेऊन) म्हण, कडवं म्हण. नाही तर मार मिळेल. एवढी मोठी घोडी झाली, तरी साधं गाणं लक्षात राहत नाही? शाळा म्हणजे काय आर्किटेक्टचा कोर्स आहे की माझं ऑफिस? पोलिसाला 'राम राम' करता येतो, पण साधं गाणं म्हणता येत नाही! यमे, तुझी लाज वाटते मला. सदान्‌कदा नाक आपलं बदबदलेलं. औषध वेळेवर घ्यायचं नाही, मग पुढचं कडवं येणार नाही तर काय होईल? म्हण, नाही तर हाणतो एक...

[मधू स्वतःच्याच हातावर फाड्‌कन पट्टी मारतो. त्याचा आवाज येतो. त्या वेळी मालतीवरचा प्रकाश तीव्र होत जातो.]

(स्वतःलाच पट्ट्या मारत) म्हण...म्हण...

ये गं ये गं सरीऽऽ

माझं मडकं भरीऽऽ

मालती : (रडवेल्या आवाजात)

ये गं ये गं सरी ।

माझं मडकं मरी।

मधू : (पट्टी मारत) मरी नाही, 'भरी',

मालती : (स्फुंदत) माझं मडकं भरी...

मधू : म्हण-

सर आली धावून ।

मडकं गेलं वाहून ।

मालती : (रडत) सर आली धावून, यमू गेली वाहून!

[शांतता]

मधू : (पट्टी खाली टाकत) नाहीऽ नाहीऽऽ यमू, तू गं कशी वाहून जाशील? तू आत्ताच शाळेतून आलीस ना? आणि तुला पोहता येतं यमू. तू गं कशी वाहून जाशील? पाहिजे तर तू गाणे म्हणू नकोस, पण वाहून जाऊ नकोस गं!

[प्रकाश पूर्ववत् होतो. मालती भयाण हसते.]

हसायला काय झालं?

मालती : तुम्ही फसलात.

मधू : म्हणजे?

मालती : पावसाचं गाणं मी म्हणत होते.

मधू : नाही.

मालती : होय, गाणं मी म्हणत होते. आणि तुम्ही वेड्यासारखे स्वतःलाच पट्ट्या मारून घेत होता. हात बघा तुमचा- किती तांबडा लाल झालाय! शेवटी मला वाटलं, रक्त येईल हातातून, म्हणून मग मी गाणं म्हटलं....

मधू : खोटं! मग... यमू कुठाय?

मालती : कोण कुठाय?

मधू : आपली यमू.

मालती : झोपली असेल.

मधू : न जेवताच झोपली?

मालती : तुम्ही स्वतःला पट्ट्या मारत होता त्या वेळी किचनमध्ये यमू आपलं जेवण जेवत होती. म्हणत होती, कोण मारतंय पट्ट्या म्हणून. तशी मी म्हणाले की, तुझे बाबा स्वतःलाच पट्ट्या मारत होते. मग यमू हसून म्हणाली, बाबांना गृहपाठ वेळेवर करायला सांग, म्हणजे नाही मिळणार पट्ट्या.

मधू : जेवणावरून आठवण झाली मालू. गुरुवारी आपल्याला जेवायला जायचंय.

मालती : कुठं?

मधू : माझ्या आईकडे.

मालती : मी येणार नाही. तुम्ही पण जायचं नाही.

मधू : का पण? ती माझी आई आहे.

मालती : मी सासूबाईंकडे जाणार नाही! माझा काय संबंध? गेले की परभटाकडची सून म्हणून बोलणी खाऊन घ्यायची! मी तुमच्या घरी आले, हा काय माझा दोष? माझ्या पोरीला औषधं द्यायची आणि वर आता गिळायला घालतीय मेली!

मधू : आता तू या घरात आलीस, हा काय माझा दोष?

मालती : दोष कुणाचाच नसतो होऽ... आपण सामावून घेण्याचा प्रयत्न करतो, पण जमत नाही.

मधू : मला वाटलं होतं, यमू झाल्यानंतर तरी काही फरक पडेल. यमूला पोलिओचा डोस द्यायचाय मालू, डॉक्टरकडे नेलं पाहिजे.

मालती : का? तुमची आई देत नाही वाटतं डोस?

मधू : अगं, आई काय डॉक्टर आहे का? उगाच काही तरी बोलायचं!

मालती : मग पडशावर कशी औषधं देते?

मधू : यमू आजारी पडली म्हणून. कळलं?

मालती : मग तेव्हा का नाही डॉक्टरकडे नेलं?

मधू : मी नेऊ नको म्हटलं नाही.

मालती : मग कोण, माझा बाप म्हणाला?

मधू : तुझा बाप काढण्याचं काम नाही! तुला वाद घालायचाय का?

मालती : आपण जे करतोय, त्याला भांडण असं म्हणतात.

मधू : तेच! भांडण आपण का करतोय मालू? अगं, मी दसून आलोय. उद्या ऑफिसला सुट्टी आहे. म्हटलं, छान झोपेन. तू नाटकाला जा. तर, नाही. सारखी माझ्या बोडक्याशी कडकड सुरू सालीची!

मालती : खरंच, आपण भांडण का करतोय?

मधू : काही तरी करायचं म्हणून करतोय.

मालती : तरीपण भांडणच काय म्हणून करायचं?

मधू : ह्याला अंत नाही मालू. सगळंच आपलं रिकामं. पालथा घडा आणि त्यावर पाणी! (हसतो.) यमू झोपली?

मालती : कुणास ठाऊक?

मधू : मघाशी तर झोपली म्हणालीस.

मालती : मला आठवत नाही.

मधू : तुला नाटकाला जायचं असेल तर जा. मी सांभाळीन यमूला.

मालती : मला माझी मुलं दुसऱ्या कोणी सांभाळलेली चालत नाहीत!

मधू : मी म्हणजे 'दुसरा कोणी' नव्हे!

मालती : माझ्याशिवाय इतर म्हणजे दुसरे कोणीच.

मधू : आय सी! माझ्या लक्षात आलं नाही. यमू काय म्हणतीय मालू?

मालती : म्हणतीय, घोडा-घोडा खेळा म्हणून.

मधू : नको. त्यापेक्षा आपण तिला अंघोळ घालू.

मालती : अहो, झोपेत कशी अंघोळ घालणार?

मधू : तिला जर घोडा-घोडा खेळायचंय, तर ती झोपेलच कशी?

मालती : अहो, पण ती झोपेत म्हणाली तसं!

मधू : पण अंघोळ घालायला काय हरकत आहे? फार तर जागी होईल ती, रडेल जरा.

मालती : पण तुम्ही अगोदर तिची चड्डी तर काढा.

मधू : काढली. वळ बघ किती पडलेत कमरेवर! जरा सैल चड्ड्या शिवत जा तिला.

मालती : काही नको. बायकांचं तुम्हाला काय कळतंय?

मधू : नागड धुय्याऽऽ शेणाचा पुय्यांऽ!

मालती : अहो, साबण नका लावू तिला. नेहमी अंगाला साय लावावी, म्हणजे अंग कसं मऊ राहतं... बघताय काय? जरा विसण घाला. पाणी काय गरम आहे!

मधू : इतकं गरम पाणी सोडायचं कशाला?

मालती : आता बॉयलर काय मी कंट्रोल करते? विसण घाला, उगाच वेळ दवडू नका. यमूला थंडी वाजतेय.

मधू : काऊचं घर होतं शेणाचं. चिऊचं घर होतं मेणाचं. पाणी जरा हळू घालत जा. कशी घाबरी होतीय बघ ती–

मालती : कम्माल झाली तुमची! आधी हात धुवा ते.

मधू : का? काय झालं?

मालती : साय तुमच्या अंगाला लावायला आणलीय. चाटताय काय? ठेवाऽ ठेवाऽ ती वाटी खाली.

मधू : एवढी साय अंगाला लावणार?

मालती : हो. का?

मधू : मला आपण गोकुळात असल्यासारखं वाटतंय. यमूला उखळाला बांध, नाही तर लोणी खाईल ती.

मालती : खाऊ देत. जरा अंगी तरी लागेल तिच्या. मागच्या गोवरापासून फार हाडकलीय. त्यात पुन्हा पडसं, त्या म्हातारीची औषधं....

मधू : म्हातारी म्हणू नकोस!

मालती : म्हणणार! म्हण गं यमू, आजीला म्हातारी म्हण ना–
[मधू एकदम खो खो हसत सुटतो.]
काय झालं हसायला?

मधू : (हसू आवरत) हसू नको तर काय करू? यमू कुठाय?

मालती : अंघोळ करतीय.

मधू : वेडी! अगं, आपण बावळटासारखे बोलत बसलोय. म्हणे, अंघोळ करतीय. पाणी कुठाय? यमू बेडरूममध्ये शांत झोपलीय. आपण तिला कल्पनेतली अंघोळ घालतोय.

मालती : खरंच की! यमू झोपल्याचं लक्षात राहिलं नाही आपल्या. असं का होतं, कोण जाणे? तरी आपण भांडतो, एकमेकांशी लग्नसुद्धा करतो!

मधू : आणि यमूला अंघोळसुद्धा घालतो.

मालती : एवढं काही चिडवायला नकोय. मघाशी पट्ट्या काय मी मारून घेतल्या?

मधू : तुला एवढी नाटकाची आवड आहे तर जात जा.

मालती : नको. यमू रडायला लागली म्हणजे घर डोक्यावर घेते. शाळेत दमून जाते अगदी.

मधू : रखवालदार म्हणाला असं?

मालती : कोण रखवालदार?

मधू : मी शाळेत गेलो होतो यमूच्या. शाळा सुटायला वेळ होता, म्हणून माझा जरा डोळा लागला. आणि मला स्वप्न पडलं. मी पोहत होतो नदीमध्ये. पलीकडे एक मुलगी होती. मी जवळ जाण्याचा प्रयत्न केला, पण नदीची धार उलटी होती.

मालती : मी... मी... कधीच का हो तुमच्या स्वप्नात येत नाही?

मधू : स्वप्नात जायची आमंत्रणं कुठं मिळतात, ते मला माहिती नाही. पण तुझे बाबा दिसले स्वप्नात. तोच एक म्हातारी आली आणि त्यांना म्हणाली, तुम्हाला खूप पडसं झालंय. ह्या गोळ्या घ्या. (मधू खिशातून औषधाची बाटली काढतो.)

मालती : मला कंटाळा आलाय.

मधू : मग आपण आता काय करायचं?

मालती : आपली जेवणं झाली?

मधू : कधीच झाली.

मालती : आपण सुपारी खाल्ली?

मधू : मघाशीच खाल्ली.

मालती : कंटाळा आला की, आपण काय करतो?

मधू : यमूच्या आवडीची रेकॉर्ड लावतो.

मालती : मग लावा ना रेकॉर्ड. मी यमूचं पांघरूण सारखं करून येते. पाय उघडे पाडते गधडी.

[मालतीवर प्रकाश, मधूवर प्रकाश. मालती विंगेकडे जाते. मोठ्याने किंकाळी फोडते. मालती मधूच्या गळ्यात पडते. रडते आहे.]

मधू : काय झालं मालू? मला सांग ना–

मालती : मी पांघरूण नीट करायला वर गेले, तर पलंगावरती कुणीच नव्हतं! खिडकी उघडी दिसली. मी खाली वाकून पाहिलं, तर रस्त्यावर आपली यमू पालथी पडली होती! खूप माणसं जमलीयत खाली.

मधू : नाही मालू... अगं, यमू खिडकीतून खाली कशी उडी मारील?

मालती : खरंच, खरंच मारली. मी पाहिली ना.

मधू : यमू उडी मारणं शक्य नाही मालू, कारण... कारण यमू अजून शाळेतून आलेलीच नाही.

मालती : रखवालदाराने पोचवली आणून मघाशी.

मधू : नाही. मालू, काही अपरिहार्य कारणामुळे शाळा आज उशिरा सुटणार आहे.

मालती : खरंच? तुम्ही गाडी काढता? आपण यमूला शाळेतून घेऊन येऊ या.

मधू : शाळेत जायचं?

मालती : जायचं?

[मधू–मालतीवरती प्रकाश. दोघे प्रश्नार्थक मुद्रेने पाहत आहेत. यमूच्या आवडीची रेकॉर्ड टिपेला पोहोचली आहे...
नाच रे मोरा, आंब्याच्या वनात नाच रे मोरा नाच.]

[पडदा]

(पूर्वप्रसिद्धी : सत्यकथा, जाने. १९७७)

मूळ लेखक : रत्नाकर पटवर्धन
मूळ लघुकथा : यमी (१९७६)

३

भिंत

[स्टेजमागे प्रेक्षकांना समान्तर अशी मोठी दगडी भिंत आहे, ही कल्पना. भिंतीवरून पलीकडे लढाई चाललेली आहे. युद्धाचे काही आवाज यावेत. ते जर योग्य असे मिळाले नाहीत, तर साधी बासरी चालेल. स्टेज संपूर्ण प्रकाशात. कुणीही नाही. मग एक खेडवळ, बऱ्यापैकी दिसायला असलेली बाई प्रवेश करते...]

बाई : (हाका मारीत) म्हाराजऽऽ अवोऽ म्हाराजऽ

[या हाका बऱ्याच वेळा झाल्यावर एक शिपाई प्रवेश करतो. हा तमाशातला वाटतो. तसेच कपडे. तरुण आहे.]

शिपाई : (मुद्रा त्रासिक करीत) कोन हाय? (आत पाहात) म्हाराज, बाहेर येक बाई आलीय. आं? नाय- नाय, एकटीच हाय! आँ? हा... देखनी हाय! काय?... नाय- नाय, नुस्ती म्हाराज-म्हाराज अशी बोंबलतीय. (बाईकडे वळत) काय बाई, काय पायजे?

बाई : आरं, ज्येच्या नावानं बोंबलतीय, त्योच पाहिजे!

शिपाई : आयला! हैका? ओ म्हाराज, लै आगाऊ हाय! तुम्ही पाहिजे म्हनती! (जरा थांबून) मग काय करू तिचं? आवो, बोला की पटापटा! तुमी बी भारी भ्येटला राव! आँ? हा... करून टाकतो... नाय, तुमी म्हनला तसंच करून टाकतो.

बाई : काय म्हनलं म्हाराज?

शिपाई : म्हाराज असं म्हनलं, म्हाराज असं म्हनलं की- ह्या बाईला गोळ्या घाला!

बाई : गोळ्या घाला? आसा बरा गोळ्या घालंल तुझा म्हाराज? त्येला (लाजत) सांग- म्हनावं, तसल्या गोळ्या घेनारी ही बाई न्हाय. आमचे.. आमचे मार्ग येगळे हैत!

शिपाई : आगंऽ आगंऽऽ आगंऽ तसल्या गोळ्या न्हाय.

बाई : मंग?

शिपाई : खऱ्या-खऱ्या, बन्दुकीच्या!
[युद्धाचे आवाज येतात.]

बाई : (ओरडत) ये आयेऽऽ! म्हाराज, मला नका गोळ्या घालू. येऽ आयेऽऽ

शिपाई : आगंऽ गप. मग नीट बैजवार सांग बगू. तू कुठली? तुझं काम काय हाय?

बाई : मी जाई... बुधगावची. माझं धनी हरीवलेत!

शिपाई : तुझे धनी हरीवलेत? काय नाव त्येंचं?

जाई : आत्ता गं बया! तुझ्या जिबेला काही हाड? मेल्या, सरळ दाल्ल्याचं नाव इचारतोस? ओऽ म्हाराज...

शिपाई : आगंऽ आगंऽऽ आगंऽ काय शानपना लावलाय सक्काळी-सक्काळी? आता म्हाराज वो द्यायला हा काय दरबार हाय का? आगं, ही सरहद्द हाय! लडाई चाललीय घनघोर! त्या तिथं, मोठी भिंत दिसती का भिंत?

जाई : आगं... बयाऽ बयाऽ... केवढी मोठी भिंत!

शिपाई : आन् त्येच्यावर बसल्यालं शिपाई दिसलं का?

जाई : आगं बया! काय ही गर्दी! हज्जारो शिपाय आसतील, नाय हो?

शिपाई : आगंऽ लाखो म्हन, लाखो! आता त्यामधी बसलेल्या म्हाराजांना तू कशी दिसनार गं?

जाई : खरं रे, खरं हाय बघ! आरं, पन माझं धनी हरीवलाय, त्येचं काय करतोस?

शिपाई : आगं, पन काय सारखं हरीवलाय-हरीवलाय चाललंय? कंचा धनी? आन त्यो हितं कसा सापडावा?

जाई : आरं येड्या, हितंच घावल त्यो! आसंल बघ भिंताडावर.

शिपाई : म्हंजी, शिपाई हाय की काय तुझा नवरा?

जाई : तर! म्हनून तर आल्ये हितवर. एवाना हवालदार बी झाला आसंल बघ.

शिपाई : पन यवढ्या लढाईच्या गर्दीत कसा सापडनार गं तुझा नवरा?

जाई : कसा सापडणार म्हंजी? त्याला काय रूप नाय, का नाव न्हाय? आन् (लाजत) अंगावर जलम-खुना बी हैतच की!

शिपाई : काय नाव त्येचं?.....आगं, काय लाजती घोडे! सांगती, का

घालू कंबरंत लाथ?

जाई : अल्याड डोंगर नि पल्याड डोंगर
डोंगरात बसली मैना
शिरीपती केला नवरा
म्हणून झाली माझी दैना!

शिपाई : दैना? वा! जाईबाई, वा! बरं, खुणा कंच्या म्हनत व्हता?

जाई : खुणा?

शिपाई : नुस्तं नाव सांगून न्हाय भागत लष्करात.

जाई : मग?

शिपाई : जलम–खुना बी लागत्यात.

जाई : सांगते बाबा! तुळशीचं पान है बग झक्कास!

शिपाई : कुठं? कुठं हाय?

जाई : (लाजते) या बयाऽऽ मला लाज वाटती...!

शिपाई : तू जर जागा सांगितली न्हाईस, तर शिरपती काही भ्येटायचा न्हाय! बरं, तू असं करती का? तुला जागा सांगायची लाज वाटती ना?

जाई : व्हय!

शिपाई : मग जागा दाखवती का?

जाई : म्येल्या... चावट हैस!
[शिपाई एक हात स्वतःच्या कुल्ल्यावर सहज म्हणून ठेवतो.]
आता तुझा डावा हात हाय ना, तिथंच हाय बघ तुळशीचं पान.

शिपाई : आयला! तुळशीला बी हीच जागा बरी आवडली. समद्याची पानं तिथंच असतात. पन नक्की पानच है ना? नाय तर बघितल्यावर निगायची खरजेची खपली!

जाई : आसं वंगाळ बोलू नको माझ्या धन्याला! आरं, शोध की आता पटापट त्याला.

शिपाई : (एकदम) शिरपतीऽ आरंऽ एऽऽ शिरीपती! भडव्याऽऽ हैस का? आयला त्येच्याऽ कुठल्या तोफेवर आज बसलाय, कोन जानं! कसा हाय गं तुजा शिरीपती?

जाई : त्ये ठावं न्हाय, म्हणून तर आल्ये बोंबलत! गाडाव हैस बग, गाडाव!

शिपाई : आगं येडे, कसा म्हंजी रूपानी कसा!

जाई : रूपानी... म्हंजी बघ, देखनाच म्हटला पायजे. लगीन झालं, झक्कास संसार सुरू झाला माझा... तोच टवळी भिंतीपल्याड लढाई झाली! फुटलं आमचं नशीब. आला म्हाराजांचा सांगावा अन् झाला बघ लस्करात भरती! लै दिस झालं रंऽ लै दिस झालं, भेट नाही...! कट्टाळा आला राबून-राबून. आता माझ्यानं नाय निभत बाबा.... माजं रूप वाया चाललं! भेटला तर लै किरपा व्हईल बघ म्हाराजांची..

[अचानक एक जण तरातरा येतो. त्याचा पोशाख लष्करी, पण थाट तमाशाचा. तो ह्या शिपायाचा वरिष्ठ अधिकारी.]

माणूस : रखवालदारऽ

शिपाई : जी सेनापती! आज सकाळलाच फेरी काढली?

सेनापती : काढावीच लागली! काय पाहतो मी हे?

शिपाई : बाई हाय सेनापती.

सेनापती : भलत्या वेळी चेष्टा? ह्या सरहद्दीच्या भिंतीजवळ ही कोण आणून उभी केलीय? ह्याची खातरजमा कोण, तुमचा बाप करणार? भिंतीच्या इतक्या जवळ एका खेडवळ बाईला येण्याची कुणी मूर्खानं परवानगी दिली? लढाई किती घनघोर चालू आहे...

शिपाई : तसं नाय सेनापती. अशी डोक्यात राख घालून लस्कर नाय चालत.

सेनापती : लष्कराचा कारभार कसा करावा, हे तुम्ही मला सांगता?

शिपाई : आवं, काय चिडताय फुकाट? ह्या बाईचा नवरा हरीवलाय!

सेनापती : मग त्यात लष्कराचा काय संबंध? पोलिसांत खबर द्या.

जाई : कुनी केला रं सेनापती तुला? हे असं बिनडोक सेनापती बशीवलेत भिंताडावर, म्हनून मेली लढाई संपंना आनि माझा धनी मला भेटंना!

(रडवेली होते.)

सेनापती : शांत व्हा बाई, शांत व्हा! कुठं काम करतात तुमचे यजमान?

जाई : बसलेत भिंताडावर.

शिपाई : हिच्या नवऱ्याचं नाव श्रीपती. लडाई सुरू झाल्यावर तो लस्करात भरती झाला. तेव्हापासनं हिची आनि त्येची भेट न्हाई. म्हनून ही बाई लै कातावली हाय.

सेनापती : अस्सं! बाई, धीर सोडू नका.

जाई : हा, धीर नाय सोडत. आता नवरा सोडन्याची वेळ आली, तरी धीर नाय सोडत! काय बी- कसं बी म्हाराजांना सांगा, पन माझा धनी घरला पाठवा! ये आयेऽऽ महाराजऽऽ धनी घरला पाठवा. आयेऽऽ म्हाराऽऽज...

सेनापती : बाई, तुम्ही इतका वेळ 'आयेऽ म्हाराज' असं ओरडत आहात, पण महाराज येत नाहीत किंवा आपल्या मातोश्रीदेखील ओ देत नाहीत! ह्याचे अर्थ दोन. एक म्हणजे, श्रीपती हा शिपाई महाराजांना माहीत नसला पाहिजे. किंवा...

जाई : म्हाराज भैरं असलं पायजे!

सेनापती : छे- छे! इतकी वर्षं लढाई चालवणारा मानूस बहिरा कसा असेल?

जाई : आवं, तोफेच्या आवाजानं दडा बसला असंल कानांत.

सेनापती : नाही तर दुसरा अर्थ म्हणजे- हा श्रीपती लढता-लढता युद्धात कामी आला असेल; म्हणजे मेलादेखील असेल...

जाई : माज्या धन्याच्या जीवावर का रं उटतोस मुडद्या? चांगला जित्ता आसंल. आरं, अजून त्येच्या अंगाचा बिडीचा वास नाकात बसलाय माज्या... अन् त्येला कशापायी मारतोस? आरं, धा शिपाई भिंताडावर उभं केलंस तरी अचूक वळकीन मी माजा धनी. ह्या लढाईनं लै कार केला... म्हाराऽऽजऽ माजा धनी घरला पाटवाऽऽऽ

सेनापती : आता मात्र हद्द झाली!

शिपाई : सेनापती...

सेनापती : बोला, बोला.

शिपाई : मला एक युगत सुचलीय. आपन आसं करू- बोलता-बोलता ह्या बाईला ह्या भिंताडापाशी न्हेऊ...

सेनापती : आणि मग?

शिपाई : वरून उकाळलेलं तेल वोतू.

सेनापती : वाऽ कमाल केलीत! धन्य आहे तुमच्यापुढं! लढाई भिंती- पलीकडे आहे, अलीकडे नाही.

जाई : (एकदम भिंतीवर पाहात) म्हाराज! म्हाराज आलंऽऽ!
[सगळे तिकडे बघतात.]
त्ये बघा म्हाराज चाललंय! त्यो बग त्येंचा सोनेरी मुकुट- निस्ता चमचम चमचम करतोय! सेनापती... मला भ्या वाटती... मला भ्या

वाटती... बघा कसं डोळं वटारून बघत्यात... मला भ्या वाटती.
[तिला खरेच भीती वाटते. प्रकाश थोडा कमी होतो. शिपाई दिसेनासा होतो. सेनापती आणि जाई मात्र प्रकाशात.]

सेनापती : बाई, घाबरू नका! तुमचा श्रीपती तुम्हाला नक्की भेटणार. महाराज दयाळू आहेत. त्यांचाच आत्ता निरोप आलाय.

जाई : कसला सांगावा...?

सेनापती : भिंतीवर लढणारे सगळे शिपाईगडी भिंतीवर रांगेने उभे राहतील. सगळ्यांचे पोशाख अर्थातच सारखे असतील. तुमचा श्रीपती रांगेतच कुठं उभा असेल. जर तो जिवंत असेल तर तुम्ही त्याला ओळखा आणि घेऊन जा आपल्या घरी! सुखानं संसार करा. महाराज, 'नाही' म्हणणार नाही. तर बाई, हुश्यार राहा. ते बघा सैनिक भिंतीवर जमा होत आहेत. सुरू करा तुमचं काम! आमचं काम तर वर्षानुवर्षं चालूच आहे.
[सेनापती झटक्यात निघून जातो. फक्त जाईवर प्रकाश. सैनिक चालल्याचे शिस्तबद्ध आवाज. अनुरूप संगीत. मधूनच युद्धाचे आवाज, स्टेनगन्स, मशिनगन्स वगैरे. जाई कावरीबावरी. आता सैनिकांच्या कुत्सित हास्याचे आवाज येतात. भिंतीवर निरखून पाहात असल्यासारखी जाई एकटीच स्टेजवर हिंडते. तोच तिच्या मागून सेनापती प्रवेश करतो. जाई दचकून बघते. आता त्याच्यामधला तमाशातला सेनापती कमी होऊन लष्करी अधिकाऱ्याचा आविर्भाव जास्त होत जातो.]

सेनापती : बाई, वेळ दवडू नका. सैनिक फार वेळ थांबणार नाहीत. महाराजांनी संधी दिलीय.

जाई : ते समदं खरं हाय, पन भिंताड लय उंच हाय. चेहरा नीट दिसत बी नाय.

सेनापती : तर मग तुमच्या श्रीपतीची ओळख देणारी एखादी खूण सांगाल?

जाई : सांगत्ये! त्येच्या गळ्यात बघा हाय सोन्याचं लाकेट. त्यात हाय योक बदाम, आनि बदामात बसलीय देवी... अन् पल्याडला कोरलंय बघा 'वोम्'!

सेनापती : आणि समजा, तो लढाईत मेला असेल तर...?
[स्तब्धता.]

जाई : तर... तर.. माझं लाकेट मला देऊन टाका...

सेनापती : बाई, गेल्या आठवड्यात पडलेल्या मुडद्यांच्या गळ्यामधली लॉकेट्सदेखील अजून तशीच आहेत. तेव्हा... बरं, ते असो. तुम्हाला भिंतीवरच्या सैनिकांचे चेहरे नीट दिसत नाहीत, अशी तुमची तक्रार आहे. (खिशातून चष्मा काढीत) महाराजांनी हा चष्मा दिलाय तो लावा आणि ओळखा तुमचा श्रीपती!

जाई : (चष्मा लावत) ह्ये बेस झालं! आत्ता गं बया! म्हाराज लै दयाळू हैत. माजा डोळ्याचा नंबर बी बराब्बर वळखला की! आत्ता समदे चेहरे स्पष्ट दिसत्यात.

(भिंतीवर निरखून पाहात असताना एकदम) त्यो बघा!

सेनापती : (वर पाहात) तो?

जाई : त्यो नाय, त्यो नाय! त्यो- त्यो! हं, त्योच! आना त्येला खाली.

सेनापती : बाई, नक्की तोच ना? महाराज म्हणाले, निवड अचूक झाली पाहिजे.

[जाईचे सेनापतीच्या बोलण्याकडे लक्ष नाही. ती स्वतःच्याच तंद्रीत स्वतःवर खूष आहे. स्वतःशीच हसते.]

कोण आहे रे तिकडे? ह्या बाईनी ओळखलेला जवान ताबडतोब भिंतीवरून इथं हजर करा!

(सेनापती झटक्यात जातात.)

जाई : (स्वतःशीच) कसा बराब्बर वळखला माझा राजा! आता लवकर ये रेऽऽ निभंना बघ... असा थांबत-थांबत नको येऊ. दुष्मन मागं लागल्यावर धावतो तसा धाव की रं मेल्या! का उभा जीव टांगनीवर लावीतो?

[फक्त तिच्यावर प्रकाश. आणि मघाचाच शिपाई लष्करी जवानाचा पोशाख करून येतो. चाचरतो आहे. अंधुक प्रकाशात असतो. तिच्याकडे चोरून बघतो. हळूहळू तिच्यावरचा प्रकाश कमी. त्याच्यावरचा प्रखर होत जातो. मागे अनुरूप संगीत.]

शिपाई : (स्वतःशीच) बोंबला! मला लै भ्या वाटती... आयलाऽ कुटनं ह्या फंदात पडलो... मी सडा मानूस! ही बाई जल्मात बघितल्याली न्हायी. पन काय का असेना, ह्या भिंताडावर लडून लडून मरनारच, तवा ह्या बाईचा नवरा म्हनून म्येलं तर पुन्य तरी भ्येटल!

[संगीताची लय बदलते. त्याच्यावरचा प्रकाश मंदावतो आणि

तिच्यावरचा प्रकाश प्रखर होतो.]

जाई : (स्वतःशीच) अग्गोऽ बया! समदा विस्कोटच झाला की! ह्यो कोन बाबा आनलाय धरून? हा काय माजा शिरीपती न्हवं! पन काही का असेना, आता काय माजा शिरीपती परत येईल आसं वाटत नाय. इतकी वर्सं काढली... आता आलाच हाय तर ह्येलाच शिरीपती मानावा नि मुक्काट संसार रेटावा! ह्या लढाईच्या कारापायी किती दिस एकटीच ऱ्हानार...?

[प्रकाश पूर्ववत् होतो.]

शिपाई : वळखलं का गं?

जाई : (लाजत) न वळकायला काय जालं मला! आसं लांबून किती येळ बोलावं मानसानं?

शिपाई : आत्ता आलो बग!

(सेनापती अचानक प्रवेश करीत, त्याला अडवत म्हणतात)

सेनापती : ठैरो! तर ह्या बाईचा तू नवरा आहेस म्हणून तू तिच्याकडे चाललायस...

शिपाई : (घाबरत) व्हय!

सेनापती : महाराज म्हणतात, तू तिचा नवरा आहेस अशी आधी खात्री पटवून दिली पाहिजे. तेव्हा तुम्ही नवरा-बायको आहात अशी त्यांची खात्री पटवून द्या आणि खुशाल आपला संसार सुखानं करा. खात्री पटल्याशिवाय इथून जाता येणार नाही. पळून जायचा प्रयत्न करू नका. भिंतीवरच्या बंदुका तुमच्यावर रोखलेल्या आहेत.

जाई : आता खात्री पटवायची म्हंजी काय करावं आम्हा गरिबांनी?

सेनापती : विचारल्याशिवाय मधे बोलू नका. बघू जरा...

शिपाई : काय?

सेनापती : बदामात देवी असलेलं सोन्याचं लॉकेट-

[जाईची तारांबळ उडते. शिपाई निश्चल.]

जाई : आवं, काय आता बारीक-सारीक इचारून छळताय गरिबाला? आता मानसापरीस मानूस मरतंय ह्या लढाईत... त्यात हे शिपाई लाकेट कुठलं वो टिकायला? पडलं आसंल लढाईत...

शिपाई : तू गप गं, सेनापती, त्ये लाकेट गावच्या सोनाराकडे गहाण पडलंय. लस्करात भरती होताना घरात पैसं न्हवतं...

सेनापती : हे कारण तर प्रत्येक जण सांगतो. तरी हरकत नाही. संधी तर द्यायलाच हवी. पण विचार करून जा! लढाईवर येणं सोपं असतं, भिंतीपासून लांब जाणं सोपं नाही. तेव्हा सुरू करा, खात्री पटवणं सुरू करा, नवरा-बायकोचा खेळ सुरू करा. भिंतीवरून बंदुका रोखलेल्या आहेत. सगळ्या लष्कराचं लक्ष तुमच्यावर आहे.

(जातात.)

[दोघे नजरा टाळीत संकोचाने उभे आहेत.]

जाई : आठवलं का- बुधगावचे आपन. तुझं नाव... तुला माहीत असंल. माजं नाव... माजं नाव बी तूच ठेवलंस की... जाई! आपन येकाच गावचे. दोघांचे बा लै मैत्तर. मी पोटात आसतानीच माझ्या बानं तुला दिली...

शिपाई : (चाचरत, नजर टाळीत) मला लै भ्या वाटतं. हे कसं निबनार माझ्याच्यानं? म्या जातू....

जाई : नको रे जाऊ राजाऽऽ जमंल बघ, जमंल समदं. जरा नेट धर. म्हंजी आणकी वळख घरातलीच बघ. त्ये बुधगावच्या पाटलाचं... आटवलं का?

[तो फारच घाबरतो. झट्कन सेनापती येतात. प्रकाश प्रखर होतो.]

सेनापती : हे काय चाललंय तुमचं? असे नवरा-बायको तुम्ही? तुम्ही म्हणता लॉकेट होतं गळ्यात; त्याचा पत्ता नाही. तेही ठीक आहे, पण साधी नजरेला नजर द्यायला भीती वाटते? बंदुका रोखलेल्या आहेत, लक्षात ठेवा. महाराजांना चेष्टा खपत नाही.

[जातात. प्रकाश मंदावतो.]

जाई : देते साहेब... डोळ्याला डोळा लावते. बघ रं, बघ माज्या राजा... माज्या डोळ्यात बघ...

[तो प्रथम संकोचून मग धीटपणे तिचा चेहरा हातात घेऊन नजरेला नजर देतो. त्या दोघांवर प्रकाश. मागे बासरी वाजते. बघता-बघता त्याचा शिपायाचा थाट बदलतो आणि तो म्हणतो...]

शिपाई : किती वर्षांनी भेटलीस...! ओळख नाही ना विसरलीस?

जाई : ओळख कशी विसरेन रे? कधी संपणार ही लढाई?

शिपाई : कुठली लढाई?

जाई : भिंतीपलीकडची.

शिपाई : कुणास ठाऊक!

जाई : घरी कधी येणार?

शिपाई : कुणाच्या?

जाई : तुझ्या घरी सगळे काळजीत असतील ना....

शिपाई : काळजी मला पण आहे.

जाई : कुणाची काळजी करतोस एवढी?

शिपाई : घरच्यांची... तुझी पण.

जाई : मला नाही घरची म्हणणार?

शिपाई : मला भीती वाटते तनू...

जाई : काय हाक मारलीस मला...?

शिपाई : तनू... तनुजा ना तू? कॉलेजमधली? अगं, बी. ए. झालो अन् लगेच कमिशन मिळालं. लढाई सुरूच होती, म्हणून ह्या भिंतीवर पोस्टिंग झालं. वर्षं लोटली तरी हे काही संपत नाही म्हणून रजा नाही, रजा नाही म्हणून घरी जाणं नाही. आणि आता घरीच जर जात नाही, तर तुला घरची कशी म्हणणार?

जाई : ही अशी लढाईच का होते रे?

शिपाई : कुणास ठाऊक! मला कमिशन मिळायच्या आधीपासूनच चालू होती. आणि बरेच दिवस चालणाऱ्या गोष्टींची कुणी कारणं नाही विचारत. उदाहरणार्थ... लढाई, उपोषण वगैरे.

जाई : तू मला घरची मानण्याची संधी येईल?

शिपाई : तशी संधी चालत आली होती, पण गोंधळ झाला. गोंधळातून मला कमिशन मिळालं आणि कसे योग असतात बघ– मला भेटायला एका जवानाची बायको म्हणून तू चक्क सरहद्दीवर आलीस... नेमका त्याच वेळी मी जवान होऊन हा नवरा-बायकोचा खेळ सुरू झाला. तनू, किती विचित्र! नवरा-बायको असल्याची खात्री पटली पाहिजे. काय गं, भिंतीवरून इतक्या शिपायांमध्ये नेमकं मलाच कसं हेरलंस?

जाई : ओळखलं खरं! बरं, मागं झालं ते झालं; आता तरी आपण पुन्हा सुरुवात करू या.

शिपाई : जमेल पुन्हा? कॉलेजमध्ये एन. सी. सी.मध्ये नाही जमलं ते

सैन्यात जमेल?

जाई : का पुनः पुन्हा भूतकाळात जातोयस? घटकेत म्हणतोस, बरेच दिवस घडत असलेल्या गोष्टींची कारणं नाही विचारत म्हणून, आणि आता मात्र...

शिपाई : जाऊ दे गं! एक प्रश्न विचारू?

जाई : अनेक विचार. मी म्हणजे काय लष्कर नव्हे.

शिपाई : कॉलेजमधून एकदम निसटलीस, ती आज कशी काय एकदम टपकलीस? इतके दिवस कुठं होतीस? काय करत होतीस?

[ती गप्प.]

सांग ना– कुठं होतीस इतके दिवस?

जाई : मसणात गेले होते! आज जागी झाले...

शिपाई : काही तरीच काय बोलतेस?

जाई : नाही तर काय! आता आलीय मी इतक्या दिवसांनी, त्याचा फायदा घ्यायचा; तर ते नाही. मागचं काय उगाळत बसतोस?

शिपाई : अगं, पण हा असा खेडवळ बाईचा बेमालूम अवतार तू कसा घेतलास?

जाई : तू एका जवानाचा अवतार कसा घेतलास?

शिपाई : मला नाही माहीत.

जाई : मग मला कसं माहीत असेल?

शिपाई : आयलाऽ सगळाच गोंधळ आहे! कुणालाच काही कळत नाहीये.

जाई : सगळंच बोलणं कोड्यात चाललंय.

शिपाई : होणारच. लढाईचं कारण नाही अजून माहिती! पण ती एक वेळ परवडली गं– गोळी लागली एकदा की, खेळ खलास! ही अशी आठवणींची लढाई फार बेकार. जीव गुदमरतो, पण साला जात नाही. आणि प्राण जात नाही म्हणून पुन्हा आठवणींच्या फैरीवर फैरी चालूच राहतात. आपण आपापल्या खंदकात लढत असायचं, पुन्हा आठवणी गुदमरत. हे साले सगळे ताण नाही सोसत. आपल्या मनाचा बाजी प्रभू करून टाकायचा. पण कुठं टाकायचा? सांग ना मला– हा बाजी प्रभू कुठं टाकायचा?

[ओरडतो. लढाईचे आवाज येतात. एकदम सेनापती येतात आणि शिपायाला एक खाड्कन् मुस्कटात मारतात. सगळे शांत होते. फक्त बासरीचे सूर चालू.]

सेनापती : एऽऽ बाजी प्रभू! भडव्या, किती वेळ डोळ्यांत डोळे घालून बसणार? म्हाराज म्हणाले, नवरा-बायकोचा खेळ जोरदार व्हायला पाहिजे; नाही तर वर स्टेनगन्स आहेतच. ए बाईऽ काही बोलती का नाही नवऱ्याशी?

जाई : पन खेळ जोरदार व्हायचा, तर तुमी मदत केली पायजे!

सेनापती : जेवढी मदत आवश्यक वाटेल तेवढी नक्की केली जाईल. चिंता करू नका. (जातात.)

[जाई शिपायाला म्हणते-]

जाई : आरं एऽऽ

शिपाई : काय म्हंती?

जाई : आरं, नदीकाटी आपला गाव...

शिपाई : हां, आसंल!

जाई : (हलकेच) आसंल काय, हाय म्हन. लबाड बोलतो कळलं, तर म्हाराजांच्या गोळ्या येत्याल ना धाड्धाड्! म्हनून म्हंते, नदीकाटच्या गावाला आपली वस्ती! किती वेळ बसनार असा?... आळशी ठोंब हाय मेला! काय मासं-बिसं धरून आनशील का न्हाई? आँ? जा नदीला. मी येते बघ मागोमाग पान्याला. माशाचं कालवण खाऊ रातीला.

[तो जाऊ लागतो, तोच सेनापती मधेच येऊन जाईच्या हातात पावा देतो आणि 'शिपायाला दे' असे दर्शवितो.]

आनी ऐकलं का? नदीकाटी रोजच्यावानी वाजिवतोस तसा वाजीव बरं का पावा... हा घे रं तुझा पांवा-

शिपाई : आगं, पन कसा वाजवावा पावा?

जाई : इसरलास का काय रं वाजिवनं?

शिपाई : ह्या भिंताडावर लै वारं आसतं. ओट फुटलं बघ माझं.

जाई : आरं, पन् म्हाराजांना पावा लै ग्वाड वाटतो.

शिपाई : व्हय का? आना, मग फुंकतो!

जाई : (पावा देत) चल हो फुडं, ही मी आल्येच बघ पान्याला.

[शिपाई नदीवर येतो. गळ टाकण्याचा आविर्भाव करून पाठमोरा बसतो. त्याच्यावरचा प्रकाश मंदावतो. जाई येते. तिच्यावर प्रकाश.]

जाई : (स्वतःशीच) चालता-चालता दिस कल्ला तरी नदी कशी येईना? की आटली म्हनायची एकदम?

[सेनापती येतो. तो प्यायलेला आहे. खेडेगावच्या पाटलाच्या पोशाखात आहे.]

सेनापती : एऽ जाई, बाय एकलीच कुठं चाललीस?

जाई : (चपापून) आगं बाई! पाटील?

सेनापती : कुठं चालली एकली?

जाई : पान्याला चालले पाटील. पन् नदीच भेटंना बगा.

सेनापती : आत्ता? चकवाच लागला म्हनायचा. कुठं गेला तुझा श्रीपती? त्याला सांग, सरकारचा त्येला हुकूम आहे...

जाई : अगं बया! त्यो कसला?

सेनापती : अगं, लढाई सुरू जालीय.

जाई : मंग, हुईना का!

सेनापती : गावातून एक जन लष्करात घ्येयचाय. गावानी त्येची निवड केलीय. त्येला म्हनावं, उद्याच्या उद्या जाऊन लष्करात भरती हो. पाटलानं सांगितलंय म्हनावं.

जाई : दुसऱ्या कोनाला पाठवा की! दर येळी म्हारवाड्यावर बरी येती तुमची संक्रात? दर येळी आम्हा गरिबांची कशी निवड करतं गाव? तुम्ही समजावा की गावकऱ्यांस! मी एकटी कसं दिस काडनार वो? (रडवेली होते. बासरीचा आवाज येतो.)

सेनापती : एकटी कशापाय- आम्ही आहोतच की! ध्येनात ठेव, शिरप्या लष्करात गेलाच पाहिजे!

[जातात. बासरीचा आवाज मोठा होतो. शिपाई पाठमोरा बसलेला दिसतो. बासरी वाजवत असावा. प्रकाश मोठा होतो. आवाज थांबतो.]

शिपाई : कॉलेजची आठवण झाली की नाही...? गॅदरिंगला बासरी वाजवायचो मी.

जाई : सगळ्या सवयी टिकवल्यास वाटतं? अजून नदीकाठी फिरण्याची सवयदेखील तशीच आहे म्हणायची!

शिपाई : ती कशी जाणार? ही लष्कराची नोकरी फार कठीण. म्हणे, नवरा-बायको असल्याचं सिद्ध करा! आता नसलेल्या गोष्टी कशा पटवायच्या?

जाई : नाही तर काय! काय काय फॅड काढतात, नाही?

शिपाई : काही म्हण, पण तू ह्या ग्रामीण साडीत फार मस्त दिसतेय!

जाई : खरंच? नेसताना किती धांदल उडाली माझी!

शिपाई : मग? कधी करायचं आपण लग्न?

जाई : अरे, हळू! ते ऐकतील ना...!

शिपाई : असू दे गं!

जाई : लग्नाचं काय– आपल्यावरच आहे. महाराजांनी इथून सोडलं की, लगेच नोटीस देऊन टाकू!

शिपाई : नोटीस काय देऊन टाकू? फसवून लष्कर सोडलं म्हणून त्यांनी मला कोर्टमार्शल केलं म्हणजे? कमाल करतेस तू!

जाई : पण त्याशिवाय कसं लग्न करणार? म्हणजे काय तसंच राहाणार?

शिपाई : तसंच काय राहणार? आपण... तसेच तर राहतोय की!

जाई : वेडाच आहेस! लग्न न करता कसं राहणार आपण?

शिपाई : छे:! विचार करून डोकं दुखायला लागलंय. सगळाच गोंधळ. तू खेडवळ कशी झालीस? मी जवान कसा झालो? ही कोडी सुटायला पाहिजेत. त्याशिवाय गोंधळ संपणार नाही. म्हणजे मग लढाईसुद्धा संपेल, आणि मग... (ओरडतो)

सीझऽ फायरऽऽ सीऽझ फायरऽऽ!

[शांतता]

हे कुठवर जाणार आहे? काय नातं आपलं, सांग ना?

तू कोण माझी? ह्या भिंतीपासून सुटका नाही!

जाई : असा धीर नको सोडू रे! आपण नवरा–बायको असल्याची त्यांची खात्री पटली म्हणजे झालं. एऽ बोलत का नाहीस? एऽ बोला ना...

[तो पाठमोरा गुडघ्यात डोके घालून बसलाय. ती त्याला बोलण्याचा आग्रह करते. पण तो ढिम्म. बासरी सुरूच आहे. त्याच्यावरचा प्रकाश मंदावतो. तोच धाड्‌कन सेनापती प्रवेश करतो. दोघे बाजूला होतात. सेनापती शिपायाकडे रागाने बघतो. त्याला धरत म्हणतो.]

सेनापती : का रे ए फुकण्या! तू अजून इथंच? जाईबाईनं तुला गावाचा सांगावा सांगितला नव्हं? आता जातूस लष्करात, की काढू पायतान? मर तिच्या आयलाऽऽ मर...!

[असे म्हणत शिपायाला विंगेत ढकलून देतो. जाई असहाय. काही वेळ शांतता. हलकेच बासरी चालू. जाई आणि सेनापतीवर प्रकाश.]

सेनापती : काय म्हंता जाईबाई?

जाई : काय नाय पाटील, चाललंय कसं तरी.

सेनापती : इतकं दिस लोटलं लस्करात जाऊन, काई कागुद-बिगूद लिवतो की नाय श्रीपती?

जाई : नाय वो पाटील. गेल्यापासून बोटबर चिट्टी नाय की काय नाय...! लै घोर लागलाय जीवाला...!

सेनापती : पण पोरानं गावची अब्रू राखली म्हनायची. आता बघा, शिपायाचा हवालदार बी झाला आसंल आपला श्रीपती. येत जावा अधून-मधून. काय म्हन्तो मी? एकल्याच आसता, म्हनून म्हनलं...

जाई : का? पाटलीणबाई माहेरी गेल्या वाटतं?

सेनापती : थोबाड फोडंल बघ फुकन्ये! तुजा श्रीपती जाताना घ्येवून गेलाय पैसं! मुदलाचं जाऊ देत म्हन्तो मी, पन् व्याजाचं काय तरी काही बोलावं की नाय मानसानं? तवा, इचार करा जायबाय, कंदी देनार आमचं व्याज?

जाई : पैशाचं काई बोलले न्हाईत त्ये.

सेनापती : घरला यावा, म्हंजी दावतो केलेला कागूद.

जाई : अवो, पन् त्ये सुटीला आल्याबिगर कसं द्यावं तुम्हाला व्याज?

सेनापती : अगं, आता येनार कधी त्यो सुटीला? लढाई काई थांबायची नाही. इतकं दिस लोटलं आता! किती दिस आम्ही थांबावं व्याजासाठी? चल घरला. (तिच्यावर चालून जातो.)

जाई : (घाबरलेली) आवं, काय ह्ये पाटील? कुनी आलं पान्याला म्हंजी? सोबत न्हाय कुनी. नकोऽ नकोऽऽ सोडा. सोडा वोऽ मला पाटील...

[सेनापती आणि जाई यांची झटापट. तोच दारात सुरा घेतलेला शिपाई येतो. क्षणभर थबकतो. सेनापतीला धरून विंगेत ओढत नेतो. सेनापतीची किंकाळी. फक्त जाईवर प्रकाश. बासरी सुरू होते. शिपाई प्रकाशातून येतो. जाई त्याच्या गळ्यात पडते. बासरीचा आवाज मोठा होतो. तोच टाळ्यांचा प्रचंड कडकडाट

ऐकू येतो. प्रकाश प्रखर होतो. बासरी थांबते. दोघे जण सावरतात. सेनापती टाळ्या वाजवत लष्करी पोशाखात प्रवेश करतात.]

सेनापती : वाऽ व्वाऽ वा! कमाल केलीत दोघांनी. भिंती लढणाऱ्या हजारो सैनिकांना तुम्ही खूष केलंत! तुमच्या ह्या खेळावर सगळं लष्कर बेहद्द खूष आहे. महाराजांची तर हसता-हसता मुरकुंडी वळली.
[दोघे जण अवघडलेल्या स्थितीत उभे.]

जाई : जसं घडलं त्ये समदं करून दावलं बगा. साहेब, आता जाऊ द्या आमाला. लै दमलो आम्ही. लांबची वाट हाय गावची.

सेनापती : लांबची वाट आणखी लांबनार आहे बाई. एक वाईट बातमी आहे. खेळ फारच रंगात आला होता, म्हणून मघाशी बोललो नाही. आता सांगतो.
[दोघे श्वास रोखून, जीवाचे कान करून ऐकत आहेत.]

सेनापती : (खिशातून काढत) तुमच्या नवऱ्याचे लॉकेट. नीट बघून घ्या. म्हणजे बदामात देवी, मागे कोरलेलं अक्षर 'ओम्' सगळं जसंच्या तसं आहे. युद्धात मरण पावलेल्या प्रत्येक जवानाच्या वस्तू आम्ही जशाच्या तशा परत करतो. घ्या तुमचं लॉकेट. श्रीपतीला भिंतीच्या दक्षिण दरवाजावर लढता-लढता वीराचं मरण आलं!

जाई : (आकान्ताने) न्हायऽऽ हे समदं लबाड हाय! माजा शिरीपती जित्ता हाय, जित्ता! हज्जार शिपायांतून मी त्येला हेरलाय. आरंऽ माज्या धन्याला का मारता रं तुम्ही...? आम्हा गरिबाला का रं फशीवता... आरंऽ माझ्या जित्या धन्याला मारू नका... ह्यो बगा माजा शिरीपती... आरं, बघा कसा ऐटीत हाय उभा... त्येला मारू नका रंऽऽ!

सेनापती : (शिपायाकडे वळत म्हणतो) लढाई पुन्हा जोरात सुरू झालीय कॅप्टन! महाराज, तुमच्या अभिनयावर फार खूष आहेत. पण नाइलाज आहे. रजा नाही देता येत. वास्तविक कोर्टमार्शल झालं असतं, पण नाही होणार. मी तशी काळजी घेतलीय. फार तर भिंतीच्या उत्तरेकडे ट्रान्स्फर होईल. तुमच्या भावना मी समजू शकतो कॅप्टन! ह्या जाईचा चेहरा तुमच्या तनुजासारखा दिसला, म्हणून तुमच्यातला रांगडा जवान तर बघायला मिळाला. त्याला मरण नाही कॅप्टन. गुड डे!
[सेनापती जातो. शिपाई सॅल्यूट ठोकतो.]

जाई : (रडत) घरी जाऊ या धनी... लै उशीर जाला. लांबची वाट हाय आपली... का अंत बघतो रं शिरीपती...?

शिपाई : (ओरडत, केविलवाणा) आगंऽऽ म्या शिरपती न्हाय! ऐकलं नाही का मघा? मी क्याप्टन हाय, क्याप्टन! जा बाई, जा आपल्या घरला.

जाई : मी न्हाय जानार एकटी. तू बी चल...!

शिपाई : आगंऽ जा की रांडे! सांगितलं नव्हं, मी शिरपती न्हाय! मी क्याप्टन हाय, क्याप्टन... अगंऽ मी शिरीपती न्हाय. मी क्याप्टन हाय, क्याप्टन!

[असहाय जाई. केविलवाणा शिपाई रडवेला होऊन वरील वाक्य म्हणतो. मधूनच सॅल्यूट ठोकतो. सैनिकांचा मार्च सुरू झाल्याचा आवाज येतो. त्यात लढाईचे आवाज मिसळले जातात, मग लष्करी संगीत ऐकू येते. प्रकाश मंदावत जातो.]

[पडदा]

मूळ लेखक : टांक्रेड डॉर्स्त
मूळ एकांकिका : द वॉल

४

वळण

[अवघड घाटामधल्या एका वळणाजवळचे झोपडीवजा मोटरीचे गॅरेज दिसते. गॅरेजसंदर्भातील सामान पडलेले. एखादी खुर्ची पण आहे. मधूनच घाटामधून एखादी गाडी गेल्याचा आवाज येतो. गॅरेजमध्ये दोन तरुण दिसतात. एक किरकोळ प्रकृतीचा, चष्मा लावून वाचत बसलेला आहे; तर दुसरा तरुण धडधाकट मोटर-दुरुस्तीच्या कामात असल्याने कपडे काळे पडलेले आहेत. जो काम करतोय तो 'बलराम' आणि दुसरा चष्मेवाला अर्थातच 'राम'.]

बलराम : (काम करता-करता) राऽऽ मऽ एऽ राम...!

राम : (वाचता-वाचता) काय...?

बलराम : वारा एकदम पडलाय आज.

राम : हं. (पुन्हा वाचन चालू. एखादी गाडी जोराने जाते.)

बलराम : (थोड्या वेळाने) रामऽ एऽऽ राम!

राम : काय?

बलराम : स्वच्छ ऊन पडलंय आज. म्हणजे पिकनिकला आज घाटात खूप लोक येतील.

[राम गप्प. पुन्हा वाचन सुरू करतो.]

राम... एऽ राम... मी काय म्हणतो की...

राम : काय म्हणतोस बाबा?

बलराम : नाही, वीकएन्ड आहे आज. घाटात खूप लोक येतील.

राम : हं. (पुन्हा वाचन किंवा लिहिणे चालू.)

बलराम : राम... एऽऽ रामऽऽ

राम : अरे, का ऽऽ य?

बलराम : अजून कोणीच दिसत नाही.

राम : कुठं कोण दिसत नाही?

बलराम : वीकएन्ड असून घाटात रहदारी इतकी कमी कशी?

राम : हंऽ रहदारी कमी आहे खरी.

बलराम : पण असं असण्याचं कारण काय?

राम : आता मला कसं माहीत असेल, बलराम?

बलराम : एवढं चिडायला काय झालं? नसेल बोलायचं, तर उत्तर देऊ नकोस. तू एवढा शिकलेला, म्हणून विचारलं.

राम : मला माहीत नाही... माझी कामं मला करू दे.

बलराम : तुला कामं आहेत बाबा; आम्ही बसलोय रिकामटेकडे!

राम : मला... मला तसं नव्हतं म्हणायचं, बलराम.

बलराम : ह्या गॅरेजपायी शिक्षण सुटलं, आता बसलोय पंक्चर काढीत!

राम : काही तरीच बोलू नकोस. ह्यात शिक्षणाचा कुठं संबंध आला?

बलराम : नाही कसा? बघ की- माझ्या मनात काही आलं की, लगेच बोलून टाकतो मी. पण तुझं तसं नाही. तुझ्या मनात विचार आला म्हणजे तू गंभीर तोंड करणार, बसून-बसून अपचन झालं की मग बोलून दाखवणार. आमचं आपलं साधं काम बाबा. प्लग साफ केला की गाडी सुरू! आपण आपली पायरी सांभाळून राहावं.

राम : प्रत्येकाची कामं सारखीच महत्त्वाची असतात.

बलराम : हो. पण पैसे मला मिळतात. घर माझ्यावर चालतं!

राम : बलरामा, त्यापेक्षा सरळ का नाही सांगत की, मी नालायक आहे- दमडा मिळवत नाही. तुझ्या पैशावर जगतो...

बलराम : तसं नाही रे... पण एखादा दिवस तरी काम करत जा की! तू हे असं माझ्यासारखं काम का करत नाहीस, मन लावून?

राम : अरे, मी मन लावूनच काम करत असतो.

बलराम : हे रे कसलं काम दादा? दिवसभर आपलं वाचत किंवा लिहीत बसायचं! डोक्याचं काम नाही; कष्टाचं काम करायला...

राम : अरे बलरामा, सगळीच कामं कष्टाची असतात.

बलराम : मला तरी हा मूर्खपणा वाटतो. (एकदम) ऐक....
[दोघे जण सावधपणे कानोसा घेतात. डिझेल इंजिनाचा आवाज येतो.]

राम : मला तर काही...

बलराम : ऐक रे... गाडी घाटात शिंग्रोबाच्या वळणापाशी आलीय. बस... हो, बसचाच आवाज!

राम : बाप रेऽऽ बस...? तुला आठवतं, मागं ह्याच वळणावर... तीस माणसं त्या गाडीत भाजून मेली! तेच वळण, तोच आवाज...

बलराम : मला वाटतं, पन्नास माणसं गेली. चॅसी फक्त उरली.
[बसचा आवाज मोठा होत जवळ येतो व लांब निघून जातो.]

राम : गेली. बस वळण चढून गेली. सुटली एकदाची! (चिडत, रागाने) नालायक सालेऽऽ! रस्ते धड बांधत नाहीत. वळण अवघड करतात. जवळचा मुक्काम लांबचा होतो. इतका लांबचा होतो की, माणूस दिसेनासा होतो. ह्या वळणावरून अंतर्धान पावलेल्या माणसांचा एकदा मोर्चा काढला पाहिजे.

बलराम : चिडून काय होणार? आपले प्रयत्न तर चालूच आहेत.

राम : कसले प्रयत्न? दर वेळी एक ॲक्सिडेन्ट झाला की, लगेच दळणवळण खात्याकडे तक्रार करणारे अर्ज करायचे- 'धोक्याचं वळण बदला.' घाट जाम होतो. घाटात सहा-सहा तास रखडावं लागतं. लोकांची उमेद मारली जाते आणि घाटातल्या देवळावरची श्रद्धा वाढते! घाटात फकीर बसून श्रद्धा सेक्युलर होते. लोखंडाचे त्रिशूळ आणि पिसांचे कुंचले वाढत जातात. नालायक इंजिनिअर्स भरलेत ह्या खात्यात!

बलराम : एक दिवस असा येईल राम, की आपण ह्याचा बदला घेऊ शकू.

राम : ह्याच सीझनला काही तरी केलं पाहिजे.

बलराम : ह्या दळणवळण खात्याच्या सेक्रेटरीकडे सालं बघितलं पाहिजे. बसला असेल सचिवालयात! घाट जाम झाला काय किंवा सुटला काय, ह्याचा एअरकंडिशनर सुरू असला म्हणजे झालं!

राम : अरे, आपले अर्ज त्याच्यापर्यंत जातच नसतील.

बलराम : त्यानं रस्ते बांधताना पैसे खायचे आणि आपण इथं ॲक्सिडेण्ट्स मोजायचे... (आनंदाने ओरडतो) अरेऽ गाडी आलीऽऽ ती बघ, वळणापाशी येणार... फियाट आहे बघ.

राम : आयलाऽ खरंच की... ते बघ, ते बघ– कसं गाडी चालवतंय बघ!
[गाडीचा आवाज मोठा होऊ लागतो.]

बलराम : आयलाऽ मेला...! एकटाच दिसतोय. मागं कोणी नाहीये. बघ, बघ– किती फास्ट मारतोय बघ! नक्की मरणार! सहा महिन्यांत चोवीस मेले, हा पंचविसावा... आला बघ वळणावर–

राम : तरी आपण तिथं 'गो स्लो'चा बोर्ड लावलाय!

बलराम : मरतंय्... मरतंय्..

राम : क्रमांक पंचवीऽऽ स!
[गाडीचा अपघात झाल्याचा आवाज होतो. मग सगळे शांत. विंगेतून एका टुरिंगचे चाक घरंगळत येते. बलराम चाक थांबवतो. चाक आलं त्या दिशेला धावत जातो.]

राम : गेल्या सहा महिन्यांत पंचवीस अपघात! पण ही चूक त्याचीच होती.
[बलराम एका माणसाला बकोटीला धरून फरफटत आणतो. तो बेशुद्ध अथवा मेला असावा.]

बलराम : ह्याला धर जरा. मी गाडीकडे बघतो. गाडी मागच्या बाजूने गॅरेजला घेतो.
[राम त्या माणसाला व्यवस्थित ठेवतो आणि विंगेत जाऊन त्या माणसाची ब्रीफकेस घेऊन येतो. बलराम आतल्या बाजूने फडक्याला ऑईलचे हात पुसत येतो.]

बलराम : नुसता आवाज मोठा झाला. फार काही गाडी चेपली नाही. आपल्याकडे चांगली रिपेअर होईल.

राम : हे मेलेत?

बलराम : हो, क्रमांक पंचवीस!!

राम : नक्की मेलेत ना रे हे?

बलराम : हं! आपलं एक दिवस हे असंच होणार.

राम : जरा खिसा बघ– काही नाव वगैरे सापडतंय का पाकिटात?

बलराम : बऱ्यापैकी पोस्टवर असावा.
(तो खिसे तपासत असताना त्याचे लक्ष ब्रीफकेसवर जाते.)
अरेऽ ही ब्रीफकेस आहे की...!
(त्यावरचे नाव बघतो. स्तंभित होतो.)
आयलाऽ कमाल झाली राम!

राम : काय झालं?

बलराम : अरे, हा कोण आहे बघ– हा गोविंदराव... दळणवळण खात्याचा सेक्रेटरी!

राम : बघू– खरंच की! ह्याच्या नावानंच आपण चोवीस अर्ज खरडलेत. अखेर मेल्यावर स्वर्ग दिसला त्याला! सगळं आयुष्य सचिवालयात गेलं, शेवटी शिंग्रोबाच्या वळणावर मुक्ती मिळाली!

बलराम : आता ह्याच्या जागी दुसरा येईल, पण घाटातली परिस्थिती तशीच!

राम : आता काय करायचं?

बलराम : नेहमी करतो तेच.
[दोघे त्याला उचलतात.]

राम : एक मिनिट...

बलराम : आयलाऽ लवकर बोल. जड होतोय.

राम : समजा, हा जिवंत निघाला तर?

बलराम : कसं शक्य आहे? गाडी कशी पडली बघितलीस ना?

राम : हो, पण खात्री करून घेतलेली बरी. ठेव खाली जरा.
[दोघे त्या माणसाला खाली ठेवतात.]
दोरा धर बघू नाकाजवळ...

बलराम : अरे, काय उगाच मेलेल्याशी खेळ चाललाय? (दोरा नाकाजवळ धरतो) आयलाऽ हालतोय की...!

राम : बघ, मी म्हणत नव्हतो? साला जिवंत दिसतोय!

बलराम : तू या मुडद्याशी बोलत बस. मला गाडीची कामं आहेत.

राम : (त्या माणसाच्या कानात) शुक्ऽ शुक्ऽ गोविंदरावऽऽ गोविंदरावऽऽ उठा साहेब. तुम्ही जिवंत आहात. सेक्रेटरीसाहेबऽऽ उठा ना...

[राम त्याला जागा करण्याचा प्रयत्न करतो.]

गोविंदराव : (अर्धवट जागेपणी) तुमचं काय म्हणणं आहे... ते लिहून थ्रू प्रॉपर चॅनेल पाठवून द्या, मी कामात आहे. ती पलीकडची फाईल खाली पाठवा. जी. आर. काढून टाका.

राम : (त्याला हलवत) जागे व्हा साहेबऽ

गोविंदराव : काय करताय मला?

राम : साहेब, तुम्ही जिवंत आहात! फार बरं वाटलं तुम्हाला बघून. एकदम अशी भेट होईल, असं स्वप्नातदेखील नव्हतं आमच्या!

गोविंदराव : जिवंत? व्हॉट डू यू मीन? हू आर यू?

राम : जागे व्हा पुरते, साहेब. तुमच्या गाडीला या घाटात ॲक्सिडेन्ट झाला. शिंग्रोबाच्या वळणावर गाडी उलटली. मी अर्ज पाठवत होतो ना...

गोविंदराव : (वेदनेने) आई गंऽऽ माझी गाडी कुठाय?

राम : गॅरेजमध्ये आहे. बिघडलीय.

गोविंदराव : कुणी टाकली गॅरेजमध्ये?

राम : टाकायचा प्रश्नच आला नाही साहेब... म्हणजे गॅरेजजवळच बंद पडली!

गोविंदराव : कोण दुरुस्त करतंय गाडी?

राम : माझा भाऊ. मस्त रिपेअर करील साहेब, काळजी करू नका. गोविंदराव, ऐकताय ना?

गोविंदराव : हो! पण... सगळं अंग ठणकतंय माझं. मी... सावकाश चालवत होतो गाडी.

राम : हे... हे मात्र साफ चूक! तुम्ही जोरात होतात साहेब. तुमचा कंट्रोल गेला आणि गाडी उलटली. थोडक्यावर निभावलं...

गोविंदराव : माझा कंट्रोल गेला? तुम्ही तशी साक्ष द्याल?

राम : म्हणजे... मी... ते वळण साहेब... त्या वळणाचा चढ प्रचंड आहे. गाड्यांना पेलवत नाही आणि मग...

गोविंदराव : हा घाट सुधारण्यासाठी काही तरी केलं पाहिजे.

राम : करेक्ट! साहेब, अगदी मनातलं बोललात आमच्या! ह्या दोन

मोठ्या शहरांना जोडणारा हा घाट म्हणजे सगळ्या देशाची डोकेदुखी झालीय. ट्रक्स पडतात, ड्रायव्हर्स मरतात, बारा-बारा तास घाट बंद असतो. आणि देवळाच्या धनात भर पडते! साहेब, काही तरी खरंच केलं पाहिजे.

गोविंदराव : गाडी जोरात त्या वळणावर आली आणि... सूर्य आला डोळ्यांवर... डोळे दिपले माझे अन् आवाज झाला मोठा.

राम : ह्या आवाजाची इथे उभे राहून-राहून आम्हाला सवय झालीय. आता हा आवाज आम्हाला आमचाच वाटतो. ह्या आवाजातून एक गाडी निकामी होते, माणसे मरतात आणि डोळे दिपवणारं वळण तसंच राहतं.

गोविंदराव : (उठायचा प्रयत्न करत) अगं आईऽऽ! माझी गाडी...

राम : माझा भाऊ दुरुस्त करतोय.

गोविंदराव : का? त्याला कुणी तसं सांगितलं?

राम : साहेब, हे सचिवालय नाही; घाटमाथा आहे. माझा भाऊ मेकॅनिक आहे. तोच गाडी दुरुस्त करील.

गोविंदराव : मी तुमच्या भावाकडून कोटेशन मागितलेलं नव्हतं.

राम : ज्या वेळी आपले डोळे वळणावर दिपले, त्याच वेळी माझा भाऊ कोटेशन लिहीत होता, साहेब!

गोविंदराव : गाडी बिघडण्याआधीच कोटेशन तयार?

राम : साहेब, माझा भाऊ फार हुशार आहे. बलराम त्याचं नाव. गाडीच्या आवाजावरून तो ओळखतो की, अपघात होणार की नाही ते!

गोविंदराव : हे अशक्यऽ आहे!

राम : वळणदेखील तसंच आहे साहेब. मला हे असे ॲक्सिडेन्ट्स बघवत नाहीत. ह्या समाजातील एक लेखक या नात्यानं मला तुमच्या कानांवर हे घातलंच पाहिजे. म्हणून आत्तापर्यंत चोवीस अर्ज आपल्याकडे पाठवले! काहीही करा, पण हा घाट सुधारा!

गोविंदराव : तुम्ही लेखक आहात?

राम : हो. पण फार मोठा नाही, छोटासा!

गोविंदराव : काय लिहिता आपण?

राम : खूप लिहितो, पण थोडंच वाचलं जातं. कारण मी मर्मावर बोट ठेवतो. आज योगायोगानं आपली गाठ पडली. आपली गाडी दुरुस्त करण्याचं भाग्य माझ्या भावाला मिळालं. काही तरी करा साहेब. सरकारी पैसा ओता आणि परिस्थिती बदलून टाका. वळणावर डोळे दिपणार नाहीत आणि हा घाटमाथा दिमाखात उभा राहील.

गोविंदराव : सध्या काय लिहिताय आपण?

राम : मी भाषण लिहितो, साहेब.

गोविंदराव : भाषण?

राम : हो!

गोविंदराव : का?

राम : तुमचे डोळे का दिपले, साहेब?

गोविंदराव : सूर्य डोळ्यांवर आला म्हणून...

राम : करेक्ट! म्हणजे सूर्य डोळ्यांवर यायला तुम्हाला वळणावर यायला लागलं; आणि माझं लिखाण कानांवर पडावं म्हणून मी हा घाटमाथा जवळ केला! कुठं तरी सुरुवात केलीच पाहिजे; मी इथं केली.

गोविंदराव : गुड! एरवी काय करता आपण?

राम : एरवी म्हणजे?

गोविंदराव : म्हणजे, या भाषणाच्या कामावर भागतं?

राम : फार अवघड प्रश्न आहे साहेब. या लिखाणातच मी इतका गुंतला जातो की, वेळच पुरत नाही.

गोविंदराव : एखादा पार्टटाइम जॉब बघावा.

राम : नाही हो, ह्या लिखाणाच्या पायी वेळच पुरत नाही.

गोविंदराव : वा! इतकं मन लावून लिहिणारी माणसं फार कमी सापडतात. कुतूहल म्हणून विचारतो, माफ करा– पण पैसे बरे मिळतात?

राम : माझा भाऊ आहे ना...

गोविंदराव : ते गाडी दुरुस्त करणारे?

राम : तोच. बलराम. फार कष्ट करतो. बारा–बारा तास गॅरेजमध्ये

राबतो. पण काम नसलं की, वेड्यासारखं करतो. कामाशिवाय काय करायचं, हे त्याला समजतच नाही.

गोविंदराव : अरे वा! ही एक समस्याच होऊन बसली म्हणायची?

राम : पण मिळतं काम! आम्ही तसा प्रयत्न पण करतो.

गोविंदराव : कसली भाषणं करता आपण?

राम : जोरदार भाषणं करतो साहेब.

गोविंदराव : कुठं करता?

राम : स्मशानात!

[गोविंदराव बुचकळ्यात पडतात.]

राम : म्हणजे असं की, ह्या वळणावर गेल्या सहा महिन्यांत चोवीस अपघात झाले... म्हणजे चोवीस माणसं मरण पावली. त्यांची छिन्नविच्छिन्न प्रेतं नातेवाईक कसे घेऊन जाणार? म्हणून या माणुसकीच्या विचारातून आम्ही एक स्मशान सुरू केलंय. ही प्रेतं जळत असताना मी भाषण ठोकतो. क्वचित पैसे मिळतात. पण लिखाण सत्कारणी लागतं. चोवीस अर्ज केले साहेब, आपण पंचविसावे! जाता-जाता वाचलात!

गोविंदराव : व्हेरी इंटरेस्टिंग! पण स्मशानात भाषणं म्हणजे... जरा विचित्रच वाटतं, नाही?

राम : हो! पण मी ही आयडिया रुजवली. शिवाय मृताच्या नातेवाइकास मी ऑफर देतो की, भाषणं करू दिल्यास अंत्यसंस्कारांची रेकॉर्डेड कॅसेट फुकट वाजवू! तर, अशा रीतीने माझे लिखाण खपते आणि ह्या सगळ्याला आपला हातभार लागतो. आज प्रत्यक्ष भेटण्याचा योग आला...!

गोविंदराव : एकंदरीत ह्या घाटाचं प्रकरण फार गंभीर दिसतंय? गेल्यावर ताबडतोब जी. आर. काढतो.

राम : एक मिनिट, साहेब- गेल्या वर्षी... आपल्याला माहिती असेल की, ह्याच ठिकाणी अशाच अपघातात आपल्या राज्याचे एक मंत्री वारले. ते गेल्यावर त्यांचा सेक्रेटरीदेखील अगदी हेच म्हणाला होता!

गोविंदराव : मग? पुढं काय झालं?

राम : पुढं? पुढं ते मंत्रिमंडळ गडगडलं! सगळा बदल झाला. अनेक ट्रान्सफर्स झाल्या. पण हे वळण मात्र तसंच राहिलं!

[बलराम आतून एक चाक ढकलत येतो. गोविंदरावांच्या अंगावर चाक धडकताना वाचते.]

बलराम : राम, ह्यांच्यानंतर ह्यांच्या जागी कोण येणार?

गोविंदराव : (स्तंभित होत) माझ्यानंतर म्हणजे? मला... मला काय झालंय?

राम : त्याला असं म्हणायचंय की– समजा, या वळणावर तुमचं बरं–वाईट झालं असतं; तर तुमच्या जागेवर कुणाला बढती मिळाली असती?

[स्तब्धता.]

गोविंदराव : म.... माझ्या जागी... जॉइंट सेक्रेटरी आला असता. किंवा वरून एखादा नेमला गेला असता. गाडी झाली माझी?

बलराम : इतक्यात कशी होईल साहेब? मनात शंका आली माझ्या, म्हणून विचारलं... काय नाव त्यांचं?

गोविंदराव : कुणाचं?

बलराम : तुमच्या जागी जे आले असते, त्यांचं.

गोविंदराव : हे... असं का विचारताहेत मला...? त्यांचं नाव... माधवराव...

बलराम : वा! काय नावं आहेत. तो राम, मी बलराम! ते माधवराव, तुम्ही गोविंदराव! ते पण गाडी जोरात चालवतात?

गोविंदराव : छे, छे! त्याला ड्रायव्हिंग येत नाही.

बलराम : मी शिकवू?

राम : बघा, उत्तम शिकवील.

गोविंदराव : पण त्यांचं मी कसं सांगणार?

राम : कारण ते तुमच्या हाताखाली आहेत.

बलराम : आणि तुमच्यानंतर तेच सेक्रेटरी होणार आहेत! (त्यांना एकदम जोरात टपला मारत म्हणतो) एऽऽ गोविंदाऽ सांग ना... सांग की रे!

गोविंदराव : अहोऽ अहोऽऽ हे काय? अगंऽ आई गंऽऽ!

राम : बलरामा, पुरे आता.

गोविंदराव : यू फूल...! काही मॅनर्स तुम्हाला?

राम : जरा खेळकर स्वभाव आहे.

गोविंदराव : ते ठीक आहे. पण मघापासून ते सारखे 'माझ्यानंतर कोण, माझ्यानंतर कोण?' असे का विचारताहेत?

बलराम : कारण तुमच्या मोटरीसारखाच काळ धावतोय गोविंदराव... नशिबाचं इंधन किती वेळ पुरणार? (हाका मारीत) रामऽ एऽऽ रामऽऽ

राम : बलरामा, इथं तुझ्या शेजारी मी उभा आहे. केवढ्यानं हाका मारतोस?

बलराम : अरे, आता मी तुझ्यासारखा बोललो की नाही, म्हणजे धावत्या काळापुढं नशिबाचं इंधन...

गोविंदराव : माझ्या गाडीचं काम...

बलराम : आयलाऽ कसलं काम? उगाच आपला भेजा नाही खराब करायचा.

गोविंदराव : हं... असं एकदम बोलू नका हो. मघाशी तर टपला मारल्या मला–

राम : जरा खेळकर स्वभाव आहे.

गोविंदराव : मग ग्राउंडवर जाऊन खेळा म्हणावं.. मला... माझी गाडी कधी देणार?

बलराम : काम झाल्यावर.

गोविंदराव : कधी होणार काम? म्हणजे निश्चित वेळ दिलीत तर बरं होईल.

बलराम : ते कसं सांगणार? घाटात काय आम्हाला विचारून आला होता का?

गोविंदराव : हे... असं बोलू नका होऽऽ

राम : बलरामा, क्रोध आवर... कामाला लाग. असं चिडून कसं भागेल?

बलराम : जातो. पण हे साहेब वाट्टेल ते बोलतात मला. आम्हाला काही आहे का नाही?

राम : जा तू. मी सांगतो त्यांना समजावून.
[बलराम जातो.]
जरा खेळकर पण तापट आहे, कारण शक्ती फार!
काय करावं, त्याला समजत नाही..

गोविंदराव : पुन्हा राग आला की, जरा व्यायाम करा म्हणून सांगा आपल्या बंधूंना!

राम : वेळ आली की करील तो व्यायाम!

गोविंदराव : तर, काय म्हणत होतो आपण?

राम : आपण असं म्हणत होता की, तुमच्यामागं माधवराव सेक्रेटरी होणार म्हणून.

गोविंदराव : ते नाही हो... अर्जाचं! किती अर्ज पाठवलेत तुम्ही?

राम : चोवीस.

गोविंदराव : तुमचे सगळे अर्ज ह्या बॅगेत मी काळजीपूर्वक जतन करून ठेवलेत. फक्त जरा प्लॅनिंग करावं लागेल. पैसे नसले तर वरून आणून क्रॅश प्रोग्रामखाली आपण काम करून घेऊ. नाही तर आपण असं करू– घाटात मोठ्या ट्रॅफिक साइन्स बसवू. ट्रॅफिक लाइन्स् नव्यानं रंगवून घेऊ आणि जर घाट सतत जाम होत असेल तर शिंग्रोबाच्या देवळापासून वरपर्यंत एकेरी वाहतूक सुरू करू... म्हणजे सँक्शन जरी उशिरा आलं, तरी हे तात्पुरते उपाय करता येतील.

राम : ह्या सगळ्या गोष्टी कागदावर चांगल्या वाटतात साहेब.

गोविंदराव : नाही, नाहीऽऽ आपण हा प्रश्न युद्धपातळीवर सोडवला पाहिजे.

राम : अगदी बरोबर साहेब. आमचे युद्ध पूर्वीपासूनच चालू आहे.

गोविंदराव : तुम्ही आता काळजीच सोडा. वेळ आली तर संबंध ट्रॅफिक बंद ठेवून घाटामधलं वळण हॉटमिक्स ॲस्फाल्टनं तयार करू. कारण नवीन रस्ता करायचा म्हणजे मग सँक्शन आलं, मंत्री आले. सगळा पोलिटिकल डिसिजन होतो. म्हणजे– यू नो, व्हॉट आय मीन. कारण आमची पंचाईत होते. ॲग्रिकल्चरला प्रायॉरिटी द्यावी लागते. पुन्हा सी. एम.चा मूड असतो... माझी गाडी कधी होणार...?

[बलराम हलकेच येतो.]

बलराम : साहेब, माधवरावांना खरंच ड्रायव्हिंग येत नाही?

गोविंदराव : (दचकून) नाही. म्हणजे, ते अजून शिकलेच नाहीत.

बलराम : कमाल आहे! जो माणूस तुमच्यानंतर सेक्रेटरी होणार, त्याला साधं

ड्रायव्हिंग येत नाही? ह्या राज्याचा गाडा पुढं जाणार कसा?

राम : बलराम, माझ्यासारखं बोलू नकोस.

गोविंदराव : तेच म्हणतोय मी. प्रत्येकानं आपापली कामं करावीत.

बलराम : (त्यांना टपला मारत) खोटं बोलतो? आं? खोटं बोलतो! तुम्ही जर तुमचं काम मनापासून केलं असतं, तर ह्या वळणाचा प्रॉब्लेमच झाला नसता!

गोविंदराव : माझ्या गाडीचं...

बलराम : होईल साहेब, एवढी बिडी मारून येतो. (जातो.)

गोविंदराव : तर, आपण काय म्हणत होतो... ह्या नव्या रस्त्याच्या प्लॅनिंगमध्ये आपण फ्ल्युरोसेन्ट लॅम्प्सचं एस्टिमेट घालू! म्हणजे, घाटात सर्वत्र अगद लख्ख प्रकाश पडेल. आणि आपली पुढची पिढी ह्या वाढत्या प्रकाशात वेगानं पुढं निघून जाईल. फक्त दूरदृष्टी पाहिजे.

राम : म्हणूनच विचारतो साहेब, माधवराव सेक्रेटरी झालेले तुम्हाला चालतील?

गोविंदराव : हे असं मला पुनः पुन्हा का विचारताय?

राम : मुद्दाम विचारतोय. कारण आज ना उद्या हे अटळ आहे. माधवरावांबद्दल तुमचं काय मत आहे साहेब?

गोविंदराव : तसा तो हुषार आहे. म्हणजे मधे आमचा सिनिऑरिटीचा प्रश्न निघाला होता, पण मिटला. तो तसा उतावळा आहे. निर्णय देण्याआधी प्रकरणाचा सर्व अंगाने विचार करत नाही. आजच्या दिवसाचं फार महत्त्व आहे मला... अजून सगळं अंग ठणकतंय. मरता-मरता वाचलो. एकदा एक्सरे काढून घेतला पाहिजे.

राम : एवढ्या एकाच कारणासाठी तुमचा माधवरावांना विरोध आहे? कारण ते पण आय. ए. एस. आहेत. तुमच्यानंतर तेही एक दिवस...

गोविंदराव : मी अजून जिवंत आहे. खरं तर हे तुमचे अर्ज त्यानंच अडवले होते. इथं येताना त्याच्या टेबलावर म्हणून बघितलं, तर तुमचे अर्ज! अगं आईऽऽ चालताना दुखतंय... तुम्ही असे काय बघताय माझ्याकडे...?

राम : बलरामाऽऽ गाडी झाली का?

[आतून बलराम म्हणतो, 'नाऽही अजूनऽ']

गोविंदराव : मी... मी... जरा फिरून येतो...

राम : जमेल तुम्हाला? डोंगर उतार आहे. सामान राहू द्या इथं.

गोविंदराव : बरं... (लंगडत-लंगडत जातो.)

[राम वाचन सुरू करतो. बलराम हात पुसत प्रवेश करतो.]

बलराम : आयलाऽ कुठं गेले ते?

राम : जरा पाय मोकळे करून येतो म्हणाला.

बलराम : पळून नाही ना जायचा?

राम : कसा जाईल पळून? गाडी इथंच आहे त्याची.

बलराम : चोवीस झाले, नाही रे?

राम : हा पंचविसावा- आपल्या अर्जाची दखल घेतो म्हणाला.

बलराम : अरे वा! आता पुढं काय होणार? म्हणजे मोटर दुरुस्त होत आली. सांग ना, पुढं काय होणार?

राम : तो इथं परत येईल.

बलराम : आणि मग?

राम : जे होईल ते होईल.

बलराम : पण काय होईल?

राम : जे मनातून वाटतं, तेच.

बलराम : काय वाटतंय तुझ्या मनात?

राम : जे तुझ्या मनात आहे, तेच.

बलराम : काय ते? सांग ना मला. म्हणजे... तेच का? सांग ना, तेच का?

राम : हो, तेच!

[इतक्यात गोविंदराव लंगडत-लंगडत येतात. हातात फूल.]

गोविंदराव : बरं वाटलं, पाय जरा मोकळे झाले. (फूल दाखवत) हे मिळालं. छान आहे, नाही? उंचावर होतं.

राम : (एकदम) तुमची ओळख करून देतो. हा माझा भाऊ बलराम.

गोविंदराव : मी भेटलोय ह्यांना... म्हणजे फक्त ओळख... असे काय बघताय?... हे फूल घेऊ मी?

बलराम : तुमच्यासाठीच आहे ते.

राम : ते... माधवराव कोण?

गोविंदराव : काय चेष्टा करताय...?

बलराम : माधवराव कोण?

गोविंदराव : माझे जॉइंट सेक्रेटरी.

बलराम : तुमच्यानंतर ते सेक्रेटरी होणार....

गोविंदराव : हे बघा...

बलराम : तुमची गाडी...

गोविंदराव : झाली?

बलराम : जवळजवळ झाली.

गोविंदराव : नीट झाली ना? मला ओरखडादेखील चालत नाही. तशी माझी पद्धत नाही!

बलराम : नीटच होईल. ओरखड्याची वेळ येणार नाही. गाडी नव्यासारखी दिसेल.

गोविंदराव : किती द्यायचे?

बलराम : बाराशे.

गोविंदराव : फार होतात...

बलराम : कमीच सांगितले. भंगार म्हणून विकली असती, तरी दोन हजार आले असते.

गोविंदराव : भंगार म्हणजे?

राम : म्हणजे हा घाट... हे वळण... आपण सगळे!

गोविंदराव : माझी खूप इच्छा आहे- काही तरी करावं, पण प्रत्येकाचा स्वार्थ असतो. शेवटी मतदार विसरला जाऊन राजकीय स्वार्थ राबवला जातो. श्रद्धेचा फायदा घेऊन देवळं श्रीमंत होतात...

बलराम : बाराशे द्या साहेब.

गोविंदराव : पण गाडी तर दाखवा.

राम : बलरामा, गाडी दाखव साहेबांना.

[बलराम आत जातो आणि खेळण्यातली लहान मुलांची गाडी आणत म्हणतो...]

बलराम : गाडी बघून घ्या साहेब.

गोविंदराव : काय चेष्टा करता काय? ही खेळण्यातली गाडी आहे!

बलराम : बाराशे रुपयांत काय मर्सिडीज येणार का?

गोविंदराव : अहोऽ पण...

राम : बलराम, साहेबांना गाडीत बसव.

[गोविंदरावांना बळजबरीने गाडीत बसवतात. दोरीने बांधतात, वगैरे. गोल-गोल फिरवतात. गोविंदराव ओरडत असतात. ते रडकुंडीस येतात.]

बलराम : पंचविसावा आज झालाच पाहिजे! चल राम, हे भंगार वळणावरून दरीत सोडून देऊ...

राम : चल-

[दोघे जण गोविंदरावांसकट मोटर विंगेत ढकलून देतात. मोटर दरीत कोसळल्याचा आवाज येतो. गोविंदरावांची किंकाळी विरत जाते.]

बलराम : चला. वळण बदलतोय स्साला! आम्ही काय उपाशी मरावं का? राम, तू वाचत बस. मी शिंग्रोबाला नारळ फोडून येतो. (एकदम कानोसा घेत) तो बघ आवाज... फियाट दिसतीय?

[गाडीचा आवाज येऊ लागतो.]

राम : हो, फियाटच. दोन माणसं दिसतायत... एक ड्रायव्हर आणि मागं... मला वाटतं... माधवराव तर नाहीत?

[गाडीचा आवाज मोठा होत जातो.]

पडदा

मूळ लेखक : टांक्रेड डॉर्स्त

मूळ एकांकिका : द कर्व्ह

५.

सुपारी

[जुनाट इमारतीच्या तळघरातील एक खोली. मागील भिंतीसमोर दोन कॉट्स. दोन्ही कॉटच्यामधे अंतर असावे. डावीकडे एक आणि उजवीकडे एक असे दोन दरवाजे. एक दरवाजा किचन आणि टॉयलेटकडे जाणारा, तर दुसरा बाहेरच्या पॅसेजमध्ये नेणारा. खोली तळघरातील आहे, हे मात्र कळावे. दोन व्यक्ती आपापल्या उद्योगात. एक तानाजी कॉटवर पडून पेपर वाचतोय. दुसरा अशोक काहीसा अस्वस्थ, थोडा भांबावलेला. तो कॉटवर बसून बुटांच्या लेसेस बांधतोय. बांधताना त्याला कष्ट होत असावेत. दोघांचे पोशाख जरी वेगळे, तरी त्यात एक प्रकारचा सारखेपणा असावा.
तानाजी पेपरमधून लक्ष काढत अशोकला बूट बांधताना होत असलेल्या कष्टाकडे नजर टाकतो. अशोक बूट घालून एक-दोन पावलं चालून थबकतो. पुन्हा बूट काढतो. आत हात घालून काय अडकतंय, ते पाहतो. एक सपाट झालेली काड्यापेटी असते. अशोक हातात काड्यापेटी धरून न्याहाळतो. तानाजी आणि त्याची नजरानजर होते. अशोक पुन्हा बूट घालतो. परत दोन-तीन पावले चालतो. पुन्हा आता दुसरा बूट काढतो. त्यामधून सपाट झालेले सिगारेटचे पाकीट काढतो. परत दोघे एकमेकांकडे पाहतात. बूट घालून अशोक आतल्या दारातून किचनमध्ये जातो. त्याच दिशेला टॉयलेट आहे, अशी कल्पना. अशोकला सारखी बाथरूमला लागते.
तानाजी पेपर वाचत त्याच्या हालचाली न्याहाळतोय. अशोकला आत गेलेल्या दिशेला पाहतो. नंतर टॉयलेटची साखळी दोन-तीन वेळा ओढल्याचा आवाज येतो, पण पाणी येत नाही. अशोक

परत येतो. अस्वस्थ आहे. दोघांच्या बोलण्यात ग्रामीण-शहरी असे मिश्रण असावे. म्हणजे दोघे धड शहरी नाहीत अन् पूर्णपणे ग्रामीणपण नाहीत.]

तानाजी : (पेपर वाचत) आयला! बघाऽऽ.... हाय का...म्हणजी... बघ हे अशोक.... माणसाला रस्ता क्रॉस करायचा होता, पण ट्रॅफिक चिकार! कंटाळून तो उभा असलेल्या ट्रकखालून रांगत रस्ता क्रॉस करत होता... असा रांगताना एकदम ट्रक सुरू झाला ना बापू!

अशोक : पुढं!

तानाजी : खेळ खलास येड्या! अरे.... छापलंय इथे.

अशोक : काय छापलंय?

तानाजी : तो म्हातारा सत्त्यांशी वर्षांचा होता, खरंच! सगळं दिलंय पेपरात.

अशोक : काय छापलंय? अं? रांगत गेला नि ट्रक सुरू झाला? अशक्य आहे तानाजी!

[अशोक अस्वस्थ. परत आत किचनच्या दिशेला जातो. परत टॉयलेटची साखळी ओढल्याचे आवाज. पण पाणी वाहत नाही. तानाजी पेपर वाचतो. अशोक येतो. अस्वस्थच आहे.]

अशोक : मला काय विचारायचं होतं?

तानाजी : काय करत होतास?

[शांतता]

काय करीत होतास? हो रे?

अशोक : कधी?

तानाजी : आत्ता! आतमधी!

अशोक : असा सहज.... आत...

तानाजी : चहा?

अशोक : करणार होतोच, आयला...

तानाजी : मग थांबलाय का गडी?

अशोक : (खुर्चीवर बसत) करणार चहा आपण तान्या, नक्की करणार! आत एकदम चोख व्यवस्था! एकदम पद्धतशीर वेवस्था आहे त्याची. नक्षीचे कप- अं? नक्षीचे कप... हा ना, नक्षी आहे.

तानाजी : कशावर?

अशोक : कपावर! फुलं आहेत आणि बशीवर वेल फिरवलीय सोनेरी
[तानाजीचे लक्ष पेपरवर]
ह्या वेळी एकदम पॉश सगळं! झालंच तर प्लेटा आहेत त्यात.

तानाजी : प्लेट्स कशाला? काय जेवायला आलाय का?

अशोक : पण बिक्सिटं हैत ना माझ्याकडं...

तानाजी : मग घे खाऊन पट्कन!

अशोक : नुस्ता चहा बरा नाही वाटत. बिस्किटं बरी पडतात बुडवायला! हा ना!

तानाजी : आधी चहाचं बघ! वेळ कमी आहे आपल्याला.
[अशोक मघाचं सिगारेटचं सपाट पाकीट काढतो.]

अशोक : (पाकीट बघत) आहेत का? संपल्या... (पाकीट उंच टाकत झेलतो.) ह्या वेळी कामाला... जास्त वेळ नाही लावायचा. पट्कन उरकलं पाहिजे. अल्लद नुसतं! (पाकीट उशीखाली ठेवत) मी काय विचारणार होतो?

तानाजी : (पेपर वाचताना) आयला... मांजर मारलं!

अशोक : काही तरी सांगू नकोस!

तानाजी : खरंच! आठ वर्षांच्या एका पोरीनी मांजर ठार मारलं. (पेपर वाचत) त्या वेळी तिचा अकरा वर्षांचा भाऊ लांबून बघत होता. मूर्ख हैत सगळी ही....

अशोक : त्यानंच मारलं आसंल!

तानाजी : कुणी?

अशोक : तिच्या भावानी. त्यानंच मारलं असंल!

तानाजी : (विचार करून) असेल... त्यानंच मारलं असंल.
[शांतता]
आयलाऽ भयानक आहे सगळं! अं? अकरा वर्षांच्या मुलाने मांजर मारून बहिणीवर आळ घ्यायचा- आयला.... (अस्वस्थपणे उठून येरझारा घालतो. परत कॉटवर वाचू लागतो.)

अशोक : निरोप कधी यायचा त्याचा?
[तानाजीचे वाचन चालू]

निरोप कधी यायचा त्याचा?

तानाजी : अरे, काय कडकड करतोस? कधी यायचा म्हंजी? कधीही येतो निरोप आपल्याला कामाचा! कोणत्याही वेळी येतो.

अशोक : मी काय म्हणत होतो....

तानाजी : काय?

अशोक : टाकी भरायला किती वेळ लागतो?

तानाजी : टाकी?

अशोक : टॉयलेटची टाकी.

तानाजी : किती?

अशोक : चिकार वेळ लागतो. भरतच नाही आयला पट्कन! काय फॉल्ट आसंल?

तानाजी : टाकीचा बॉलकॉक बिघडला आसंल!

अशोक : आयलाऽ खरंच की! म्हणजे बॉलकॉकचं बिनसलं की संपलंच की! (आपल्या कॉटपाशी जात) तान्या, झोप... झोप नाही लागत शांत; तुला लागते. पांघरूण कमी पडतं आयला! जागच येती! (भिंतीवरचा फोटो पाहात) बघ.. फोटो वल्ड कप जिंकल्यावर टीम बघ आपली. आयलाऽ कसले आहेत एकेक!

तानाजी : अशोक, चहाचं बघ आता.

अशोक : बाहेरचं काही दिसतच नाही इथनं, खिडकी हवी होती! काही तरी बाहेरचं दिसायला पाहिजे.

तानाजी : खिडकी?

अशोक : तानाजी, खिडकी हवी! दिसतं एकदम छान बाहेरचं. आयलाऽ वेळ जातो ना... तोच वेळ बाहेर जातो खिडकीतून. सगळं बंद असताना आयला वेळ जाणार तरी कुठून बाहेर? (अस्वस्थता वाढते) मिट्ट काळोखात रात्री अशा खोलीत यायचं. कधी न पाहिलेल्या खोलीत दिवसभर झोपायचं. नेमून दिलेलं काम उरकायचं. रात्र पडली की पुन्हा बाहेर! आयलाऽ अंधार सगळा...!
[शांतता]
बाहेरची सिनरी बघायची संधीच घावत नाही आयला...

तानाजी : आसं का म्हणतोस आशक्या? आँ? सुटी मिळती की तुला!

अशोक : हां, मिळती ना! कधी? पंधरा दिवसाची.

तानाजी : (पेपर बाजूला करीत) काय कामाचं ओझं पडलंय, अं? कुणी हसेल ऐकलं तर! रोज काम असतं काय? कधी तरी येती सुपारी कामाची! उगाच तक्रार करतोयस.

अशोक : कबूल! पण निवांतपणा नाही ना! मिळतो का? कायम कामाची वाट बघत बसायचं खोलीत भिवाभितागत. कायम भीती आयला! घेतली सुपारी, आला निरोप आणि आपण खोली बाहेर असलो तर? संपलंच मग...

तानाजी : (त्वेषाने) तुझं म्हणजे बघ! अं? सांगू का तुला... तुला आयला रसच नाही उरला कशात.

अशोक : (चमकून) मला रस नाही? अं? मला कशात रस नाही?

तानाजी : माझ्याकडे बघ जरा. आपल्याला सुतारकामात रस, बरं का! पटाशीला मस्त धार लावली ना, की काम सुरू. स्वस्थ नाही बसायचं! हा ना, काम हवं माणसाला. कामात असला गडी, की डोकं शाबूत राहतं! मग आला कामाचा निरोप की, गडी एकदम तय्यार? है का नाही!

अशोक : कंटाळा येतो सगळ्याचा!

तानाजी : कशाचा? सांग ना? नेमका कशाचा कंटाळा येतो?

[अशोक अस्वस्थ. खिसे चाचपत]

अशोक : सिगरेटी संपल्या माझ्या

[बाहेर टॉयलेटची टाकी मोकळी होते. पाणी फ्लश झाल्याचा आवाज येतो.]

है का? अं! ह्यांना आता जाग आली. साखळी ओढली कधी... पाणी येतंय कधी... (कॉटवर बसत अस्वस्थपणे) नाही... ते हे बरंय- म्हणजे कपबशांवरची नक्षी... पण तेवढंच बरं आहे इथलं! गेल्या खेपेस आपण गेलतो तिथं वायरलेस सेट होता बघ! शपथ... तुला सांगतो, त्यांना आपली पर्वा नाही तान्या. कुठल्याही जगात कोंबतात आपल्याला!

तानाजी : बडबड बंद कर आता! किती बोलतो?

अशोक : सगळं गार-गार इथे. सांधे धरायचे असल्या जागेत.

तानाजी : काही ओनरशिपवर नाही घेतली जागा! कायमचे आलोत का? चहाचं बघ- आता निरोप येईल त्यांचा.

[अशोक बॅगेतून टी-बॅग्ज काढतो.]

अशोक : मी काय म्हणत होतो-

तानाजी : आता काय?

अशोक : गाडी का थांबवलीस रस्त्यात मधे?

[शांतता]

तानाजी : (पेपर बाजूला करत) मला वाटलं, तुझा डोळा लागला.

अशोक : पेंगत होतो मी. गाडी एकदम थांबल्यावर जाग आली. का थांबवलीस एकदम?

[शांतता]

अंधार होता. पहाटेचं धुकं बाहेर. मला वाटलं, तुला पेंग आली ड्रायव्हिंग करून. पण तू लेका टक्क जागा! गाडी थांबवून तू वाट बघत होतास कोणाची?

तानाजी : मी कुणाचीही वाट बघत नव्हतो!

अशोक : मग माझा परत डोळा लागला. अंऽ काय झालं होतं? गाडी का उभी केलीस एकदम?

तानाजी : मला... मला वाटलं, आपण लवकर पोहोचू इथे.

अशोक : लवकर म्हणजी? निरोप आला, लगेच निघा! आपण ठरल्याप्रमाणे निघालो. प्लॅनच तसा होता. लवकर कसे पोहोचू?

तानाजी : निरोप कुणी घेतला? तू का मी?

अशोक : तू.

तानाजी : म्हणून गाडी उभी केली. आपण लवकर पोचलो असतो.

अशोक : पोचलो तर पोचलो... (थबकून प्रकाश पडल्यागत) आयला... म्हणजे आपण इथे पोचण्यापूर्वी इथून कुणी बाहेर जायचे होते! तरीच... साली ही बेडशीट्स वापरलेली दिसतायत! पहाटे पोचलो तेव्हा दिसली नाहीत. एकदम झोपच आली. हे काय चाललंय

तान्या ह्याचं? वापरलेली बेडशीट? आधी कधी असं नाही झालं! सगळं स्वच्छ असायचं बापू.

तानाजी : तुझ्याच झोपण्याने चुरगळ्यात त्या!

अशोक : छे: (चादरी हुंगत) प्रत्येकाचं चुरगळणं वेगळं असतं, कारण प्रत्येकाचं झोपणं वेगळं! हे माझंच कशावरून?

तानाजी : (पेपर वाचता-वाचता) आयला... हे बघ-

अशोक : बातमी आता नको, अजिबात नको! आपण कुठल्या गावाला आलोय?

तानाजी : सांगितलं की मघाशी.

अशोक : येस... करेक्ट.. नंबर दोनचं शहर... पण काय खोली आहे... पूर्वी राजधानी होती म्हणे.... ह्या गावात... च्यायला, कधी येणार निरोप त्याचा?

तानाजी : कधीही येईल! वाट बघ. (पेपर वाचतो)

[अशोकचं लक्ष बाहेरच्या दाराकडे जाते. दाराखालच्या फटीमधून एक पाकीट आत सरकवलं जातं.]

अशोक : (चकित होत) हे बघ-

तानाजी : कुठून आलं?

अशोक : दाराखालून.

तानाजी : उचल.

अशोक : काय?

तानाजी : पाकीट घेऊन ये!

[अशोक पाकीट उचलून बघतो.]

तानाजी : काय आहे त्यात?

अशोक : बंद आहे.

तानाजी : अरे, उघड मग!

[अशोक पाकीट उघडतो.]

अशोक : आगपेटीच्या काड्या आहेत.

तानाजी : काऽऽड्या?

अशोक : गंमतच आहे!

तानाजी : हे दाराखालनं आलं... (चमकून) आशक्या, बाहेर बघ कोण आलंय ते!

[अशोक चपळाईनं उशीखालचे पिस्तूल घेऊन तीरासारखा बाहेरच्या दाराने जातो. नंतर परत येतो.]

अशोक : कुणी नाही बाहेर!

तानाजी : लगेच पसार झाले साले...

[अशोक पाकिटातल्या काड्या मोजतो.]

तुला कामाला येतील!

अशोक : माझ्याकडच्या संपल्याच होत्या.

तानाजी : किती आहेत?

अशोक : डझन आहेत.

तानाजी : काड्यापेटी होतीच तुझ्या बुटात; आता काड्या आल्या! ठेवून दे नीट. हरवतील.

[अशोक एका काडीने कान टोकरू लागतो.]

तानाजी : आता बघ! वाया नको घालवूस काड्या. जा आणि पेटव.

अशोक : काय?

तानाजी : अग्नी... म्हणजी स्टोव्ह!

अशोक : स्टोव्ह?

तानाजी : मी काय म्हटलं मगा? अं? म्हटलं ना... जा नि पेटवा! की जायचं नि पेटवायचं; बोलायचं नाही! कळलं का काही? मी म्हण वापरली येड्या.... जा आणि पेटवा!

अशोक : चूक! तू म्हणायला पाहिजे– जा आणि आधण ठेव! जा आणि पेटवा काय? जा आणि आधण ठेव... हे बरोबर आहे.

तानाजी : कोण म्हणतं असं?

अशोक : ते... ते नेहमी म्हणतात.

तानाजी : मी नाही ऐकलं कधी.

अशोक : आईच्यान् सांगतोय बापू!

तानाजी : आईच्यान् सांगतोय? कधी भेटल्या होत्या मातोश्री?

अशोक : आयला... आठवतच नाही भेटल्याचं.

तानाजी : मग आई का घालतोस मधी? हो रे? एक मुद्दा पटवतोय तुला मघापासून...

अशोक : अरे, पण–

तानाजी : (भडकून) बॉस कोण आहे? कोण आहे बॉस? जा आणि पेटवा म्हटलं की, काय करायचं? जा आणि पेटवा म्हटलं की काय करायचं? (त्याचा गळा धरत) आ रेऽऽ स्टो पेटवायचा चुत्या! चहासाठी... कळलं?

अशोक : हो.

तानाजी : थांबला का मग आता?

अशोक : एकदा इथे पेटवून बघतो.

तानाजी : काय?

अशोक : काड्या... सादळल्या नसल्या म्हणजी मिळवली.

तानाजी : आता डोकं नको फिरवू आपलं! आत जा आणि स्टो पेटव, स्टो!
[दोघे एकमेकांना न्याहाळतात. अशोक किचनच्या दारातून आत जातो. तानाजी डोकं धरून चुरगळलेल्या पेपरवर बसतो.]

अशोक : (प्रवेश करीत) पेटला...

तानाजी : (तंद्रीतून जागा होत) अं! काय?

अशोक : स्टो पेटला... आज कोण आसंल?
[शांतता]
निरोप आला की... आज कोण आसंल? काय म्हणत होतो तान्या...

तानाजी : गप्प बैस आता! चुप्प बसून राहायचं!

अशोक : मला विचारायचं होतं की...

तानाजी : अरे... माझ्या कॉटवर का बसलायस तू?
[अशोक तसाच विमनस्क बसलेला]
काय झालंय तुला आज? का प्रश्न विचारून डोकं खराब करतोयस? पूर्वी नाही कधी विचारलंस. आज कोणी घोडं मारलंय तुझं?

अशोक : मला आश्चर्य वाटतंय...

तानाजी : आश्चर्य घाल चुलीत! सुपारी घेतो आपण, कामाची... काम पुरं करायचं नि गप राहायचं. कळलं...? सुपारी घेणारी माणसं आपण...
[शांतता]

अशोक : हा ना– तेच विचारतोय मी सुपारीचं!
[शांतता]

तानाजी : काय...?

अशोक : म्हणजी आज कोण आसंल!
[शांतता]
काही आयडिया तुला?

तानाजी : कोण आसंल म्हणजी? काय बोलतोयस तू?

अशोक : मी विचारतोय, सुपारी घेतली आपण.... तर आज कोण आसंल?
[शांतता]

तानाजी : चहाचं बघ, जा!
[अशोक जातो. तानाजी तो गेल्यावर उशीखालचं त्याचं पिस्तुल काढतो, न्याहाळतो. अशोक येतो.]

अशोक : विझला साला! तेल संपल स्टोमधलं. तेल आणावं लागंल.

तानाजी : (खिसे चाचपत) माझ्याकडे नाहीत.

अशोक : माझ्याकडे पण नाहीत.

तानाजी : थांबावं लागंल.

अशोक : का?

तानाजी : जनार्दन येईल आत्ता...

अशोक : नाय तर नाही पण यायचा तो! निरोप येईल नुसता, नेहमी येतो तसा. तो कुठला यायला!

तानाजी : त्याच्याशिवायच सगळं सांभाळावं लागतं. नाही?

अशोक : छे:! आयला त्येच्या!

तानाजी : चहा काम झाल्यावर घेऊ ना आपण!

अशोक : आपल्याला काम करण्याआधी लागतो.
[तानाजीचे पिस्तुल साफ करणे चालूच]

तानाजी : मला वाटतं, तू तयार राहा!

अशोक : फार होतंय सालं. मिळणाऱ्या पैशाच्या मानानं अति चाललंय सगळं. (कॉटवर पडलेल्या टी-बॅग्ज गोळा करून बॅगेत टाकत) निदान चहाची तरी व्यवस्था नको? जनार्दन आला तर त्याच्या जवळ तरी हवेत सुटे तेलाला! त्याचीच जागा ही...

तानाजी : त्याची जागा म्हणजे?

अशोक : ही जागा जनार्दनची नाही? त्याची माणसं आपण...

तानाजी : भाड्याची आसंल वेड्या! कामाच्या जागेची मालकी लागती, असं नसतं!

अशोक : तरी साधं स्टोमध्ये तेल नाही... नाही. त्याचीच ही जागा! मागच्या वेळचं बघ ना! त्यानं सांगितलेल्या पत्त्यावर जायचं. किल्ली दिलेली असायची. चहाची सोय एकदम पद्धतशीर. पण कोणत्याही जागेत कधी कुणी कुत्रं दिसायचं नाही. सगळ्या जागा एकदम सामसूम! आवाज नाही कुणाचा ऐकला कधी आपण... तरी कधी तक्रार केली आपण? ही खोलीसुद्धा बघ.... साऊंडप्रूफ असली पाहिजे. (भिंतीवरून हात फिरवत) आपल्या नशिबी फक्त निरोपाची वाट बघणं! निरोप देणारा जनार्दन स्वत: कधी येत नाही.

तानाजी : बिझी असतो तो बापू.

अशोक : त्याच्याशी कधी बोलता नाही आलं... त्याच्याशी...

तानाजी : गप्प बैस आता, पुरे झालं!

[शांतता]

अशोक : आला ना तो, तर तुला सांगतो. आपलं नाय जमणार त्याच्याशी... कधी एक उत्तर नाही मिळालं त्याच्याकडून. देवा शपथ सांगतो तान्या- समोर आला ना जर्नादन, तर त्याचं नि माझं जमायचं नाही... हा ना... मागच्या वेळचंच बघ ना...

तानाजी : मागचं काय?

अशोक : ती पोरगी नाही का...

[तानाजी परत पेपर वाचू लागतो.]

तेच तेच तेच तेच तेच तेच तेच परत, परत तेच तेच तेच परत-परत

वाचतोयस तू तान्या!

तानाजी : तोंड सांभाळून बोल आशक्या... कानाखाली जाळ निघंल बघ झुम्मकन्! ऐकलं का?

अशोक : हे बघ तानाजी.....

तानाजी : मी कुठंही बघणार नाही! अशक्य आहे. फार सवलती दिल्या तुला.

अशोक : (मुद्दा न सोडता) मला काय म्हणायचं....

तानाजी : म्हण बाबा, म्हण एकदा... काय ओकायचं ते ओक!

[शांतता]

अशोक : (हलकेच) मागच्या वेळची ती पोरगी होती रूपानी बेताची, पण एकूण ठीक सगळं... अं! राडा झाला सगळा त्या सुपारीच्या वेळी! आई शपथ, आसला राडा कधी नव्हता झाला. कशी पसरली होती- अल्लद नुस्ती... बाई-पुरुषाचं एकदम घट्ट आसतं सगळं....राडा नुस्ता! आपलं काम झाल्यावर राडा कोण साफ करतं? साफ तर केलंच पाहिजे! तुला काय वाटतं? किती वेळा घेतल्या नाही सुपाऱ्या? आयलाऽ मोजायचंच विसरलो आपण...! कुणी तरी साफ केला पाहिजे राडा...

तानाजी : बिनडोक आहेस! आपण दोघंच आहोत काय गँगमध्ये? गँग मोठी आहे, येड्या! राडा घालणारे वेगळे, साफ करणारी कंपनी वेगळी.

अशोक : आयला! सफाई कामगार पण आहेत गँगमध्ये..? ती पोरगी बघ- तिच्यामुळे आपलं डोकं एकदम...

[एकदम पाठीमागच्या भिंतीमधून आवाज येऊ लागतो. दोराला बांधून ट्रॉली सोडल्यासारखा. भिंत पोकळ असावी. आवाज टिपेला पोहोचत थांबतो आणि दोन्ही कॉट मधोमध दिसणाऱ्या भिंतीच्या भागातून एक चोरकप्पा उघडतो. दोघे जण आवाजाचा वेध घेत पिस्तुले परजतात. आवाज शांत झाल्यावर उघडलेल्या कप्प्याकडे बघत दोघे पिस्तुले परत उशाखाली ठेवतात. अशोक कप्प्यात डोकावून बघतो. त्यामधून एक कागद हातात घेतो.]

अशोक : हा कागद आहे कप्प्यात! म्हणजी, आख्खा कप्पा पुलींवरून भिंतीतून खालीवर करतायत हे लोक- लिफ्टसारखं?

तानाजी : कागद वाच.

अशोक : (वाचत) 'दो भेजा फ्राय, पोटॅटो चिप्स् आणि दो चाय बिगर शक्कर!'

तानाजी : बघू?

अशोक : च्यायलाऽ दो चाय बिगर शक्कर? काय चाललंय काय ह्यांचं वर?
[तेवढ्यात कप्पा बंद होतो. पुन्हा आवाज येत शांत होतं.]

अशोक : एवढी कसली घाई ह्यांना? ऑर्डर वाचून तर बघू देत. गंमत वाटली त्यांना सगळी तानाजी.

तानाजी : (विचारपूर्वक) गंमत नाही आशक्या... लक्षात येतं का? ह्या जागेत पूर्वी हॉटेल आसंल, नंतर धंदा विकला असणार.

अशोक : (चकित) पूर्वी हॉटेल म्हणजे, इथे तळघरात त्यांचा भटारखाना असणार.

तानाजी : हा ना! नंतर धंदा विकला असणार. एका रात्रीत धंदा बदलतात साले! काही सांगता नाय येत बापू ह्यांचं. नंबर दोनचा पैसा! धंदा बदलत राहायचं. गेमचा पत्ता नाही लागला पाहिजे.

अशोक : आता कोण आसंल मालक?

तानाजी : कोण मालक असणार? सगळं वेगळंच ह्यांचं! नंबर दो का मामला! हा...
[परत भिंतीतून आवाज येत शांत होतो. कप्पा उघडतो. दोघे हत्यारे पारजतात. अशोक कप्प्यातून ऑर्डरचा कागद घेऊन येतो.]

अशोक : हाय का! ह्या वेळी आहे 'दो चिकन बैदा आणि राईस तरी मारके!'
[अशोक डोकं कप्प्यात घालून शिट्टी वाजवतो. तानाजी त्याला बाजूला करीत]

तानाजी : कुठे डोकं घालतोयस? मरायचं का तुला? (पिस्तुल उशीखाली ठेवत) दोन वेळा ऑर्डर्स आल्या त्यांच्या! म्हणजे आशक्या, हा त्यांचा आपल्याला संदेश आहे.

अशोक : (चमकून) करेक्ट! आता आपण पाठवलं पाहिजे उत्तर म्हणून (बॅगेतून पुडा काढत) बिस्किटं आहेतच.

तानाजी : बिस्किटं? ऑर्डर आलीय काय- 'चिकन बैदा आणि राईस तर्री

मारके!'; त्यावर आपण देणार ग्लुकोज बिस्किटं? यडा झाला काय?

अशोक : चहाच्या पुड्या आहेत.

तानाजी : दे पाठवून वर! चला, चहा नाही तर चहापत्ती!

अशोक : चहाचा काय उपयोग? तेल नाही स्टोमध्ये....

तानाजी : बिस्किटं असल्याचं बोलला नाहीस मला तू?

अशोक : तुला कुठे आवडतात बिस्किटं?

तानाजी : बरं, आत प्लेटा आहेत बघ!

[अशोक आत जातो. प्लेट्स घेऊन येतो दोन. त्यात वेफर्स ठेवलेले]

च्यायलाऽ वेफर्स होते आत!

अशोक : होते थोडे. बियर घेताना बरं पडतं चावायला.

[दोघे प्लेट्समध्ये वेफर्स, बिस्किटं व्यवस्थित रचतात. त्यात दोघे मग्न असताना भिंतीतून आवाज होऊन कप्पा बंद होतो.]

तानाजी : अरेऽ एऽऽ... थांब... गेला.....!

अशोक : बंद कप्पा!

तानाजी : तू घोळ घातलास! किती वेळ घेतलास? आता पुन्हा वाट बघणं आलं. बरं चल, आता तू तयार हो पट्कन!

[दोघे तयार होऊ लागतात. भांग वगैरे पाडतात. बूट नीट करतात. मधेच अशोक अस्वस्थपणे]

अशोक : हे काय चाललंय सगळं? हॉटेल होतं पूर्वी म्हणे! आत भटारखान्यात फक्त एक स्टो? एवढ्या मोठ्या हॉटेलात एक स्टो?

तानाजी : म्हणून तर धंदा बुडाला त्यांचा! सर्व्हिस एकदम स्लो असणार! एका स्टोवर माणूस काय काम करणार?

अशोक : एक लक्षात घे तान्या- सगळं वरून खाली येतंय बघ! खालून ऑर्डर वर जातच नाही. किती वेळ असं चाललं असणार? एक दिवस? एक वर्ष? अनेक वर्षं? आपण गेल्यावर इथं काय होणार? तान्या, ते लोक धंदा कसा करणार?

[परत आवाज येतो. भिंतीत कप्पा उघडतो. अशोक कागद

वाचतो.]

अशोक : 'दो प्लेट चिकन मांच्युरियन. एक चिकन फ्राय राईस, दोन वॉन्टन सूप'.

तानाजी : बघा, आता चायनीज मागवलंय! एकदम पॉश ऑर्डर आहे. अरे बघत नको बसू; पहिल्या प्लेटा ठेव आता, नाही तर जायचा कप्पा वर!

[अशोक प्लेट्स आत ठेवतो. आत डोके घालून ओरडतो.]

अशोक : दो प्लेट बैदा फ्राय आणि राईस.

तानाजी : तर्री मारके!

अशोक : तर्री मारके आणि एक ग्लास दूध.

तानाजी : गाईचं?

अशोक : नाही, म्हशीचंऽऽ

तानाजी : आशक्या, आरडाओरडा नको उगा! जाऊ दे कप्पा वर.

[अशोक डोकं काढून घेतो. आवाज होत कप्पा बंद होतो.]

तयार हो अशोक, कधी पण येईल निरोप... सुपारीचा.

अशोक : काय जागा आहे! अं? चहा नाही, आता बिस्किटंपण वर गेली!

तानाजी : कामाच्या वेळी खायचा विचार नको; माणूस आळशी होतो.

अशोक : मी आळशी आहे, हो रे? अं?

तानाजी : आळशी नाहीस, गबाळा आहेस! हत्यारं बघ- साफ कोण करणार? कामाच्या वेळी हत्यार एकदम चकाचक हवं! सुताराची पटाशी कशी असती- धार लावून चोख नुसती!

[अशोक पिस्तुल साफ करतो. तानाजी खिशातून आरसा काढून भांग पाडतो.]

अशोक : मला एवढंच म्हणायचं होतं, हॉटेल होतं ना इथे? तर, स्टो थोडे मोठे हवे होते.

तानाजी : सगळं असणार येड्याऽऽ तंदुरी भट्टी पण आसंल!

अशोक : तंदुरी?

तानाजी : तंदुरी, रुमाली- दोन्ही करीत असतील. मैद्याचा मामला बापू! रुमाली रोटी- कसरतीचं काम! हवेत उडवत मैद्याचा परिघ वाढवत

राहायचं...

अशोक : तुला सांगतो, तज्ज्ञ मंडळी असणार कामाला. (कमरेला पिस्तुलाचा पट्टा अडकवतो. टाय बांधतो) जनार्दन यायला पाहिजे ह्या वेळी. आपण कधी काम नाकारलंय? आपल्यासारखे विश्वासू भेटणार आहेत त्याला? प्रत्येक कामाला वाट बघतो आपण. आजचं उरकलं की संपलं...! डोकं चढलंय आज तान्या. काम अल्लद व्हायला पाहिजे, आजच! जास्त राडा नको आज.

[शांतता]

तानाजी : (एकदम) त्यांना बजावून सांगू- आता पुरे, बास झालं! आमच्याकडे आता कोणतेही पदार्थ नाहीत; किचन बंद आहे.

अशोक : मग कळव तसं.

तानाजी : कप्पा उघडतो का बघ-

[अशोक भिंत ठोकत चाचपणी करतो. कप्पा अलगद उघडतो. अशोक हात आत घालून तपासणी करतो. हाती फोनचा रिसिव्हर येतो. तो बाहेर काढून]

अशोक : तान्या, हे बघ-

तानाजी : फोन?

अशोक : नाही, इंटरकॉम! हॅलोऽऽ...कुणी नाही.

तानाजी : बघू मला! हॅलोऽऽ मी बोलतोय साहेब... किचन क्लोज आहे साहेब... जे होतं ते पाठवलं साहेब... सॉरी साहेब... (फोन ठेवतो) काय म्हणाले ते? म्हणाले- बिस्किटं सादळली होती, वेफर्स मऊ होते आणि म्हणाले, आता पेटवा! म्हणजे त्यांना माहितीय... इथं स्टो आहे, हे माहितीय त्यांना!

अशोक : स्टो आहे, पण तेल नाही- हे सांगा त्यांना.

तानाजी : म्हणजी आशक्या, ह्याचा अर्थ त्यांना चहा पाहिजे वर!

अशोक : चहा मलाही पाहिजे! होत नव्हतं तेवढं पाठवलं वरती. साहेब, आम्हाला एक कप चहा द्या! जनार्दन बसला आसंल चायनीज खात! वरती पार्टी चाललीय त्यांची. बियर ढोसत असणार. वेफर्स संपले म्हणून आता म्हणतायत, मऊ पडले. खालून काही आलं नाही,

म्हणून हे थांबतायत? बाहेरून मागावलं असणार त्यांनी! आता चहा मागवतायत वर! (तानाजीकडे पाहत) तू का बसलायस असा?

तानाजी : वेळ भरत आली!

[शांतता]

अशोक : ते कळतंय मला! रिकाम्यापोटी काम कसं करावं माणसानं?

तानाजी : गप आता! कामाचा सराव करू-

अशोक : सराव कसला? ही काय आपली पहिली वेळ आहे का?

[तानाजी सूचना देतो. अशोक त्याचा पुनरुच्चार करीत कृती करतो.]

तानाजी : नीट लक्षात ठेवा! ज्या वेळी निरोप येईल तशी तू ह्या दारामागे उभा राहा.

अशोक : राहिलो.

तानाजी : दारावर थाप पडली तर....

अशोक : तर, मी दार उघडायचं नाही.

तानाजी : करेक्ट! दारावर जर थाप पडली नाही...

अशोक : तर, उघडण्याचा प्रश्नच नाही!

तानाजी : तर, दार उघडून गिऱ्हाईक आत आलं...

अशोक : तशी मी त्याच्या मागून दार हलकेच बंद करायचं....

तानाजी : एकदम हलके. गिऱ्हाइकाला मागं तू आहेस ह्याचा पत्ता नाही लागला पाहिजे.

अशोक : करेक्ट!

तानाजी : गिऱ्हाईक आलं तशी समोर त्याला मी दिसणार...

अशोक : मी दिसणार नाही, कारण मी मागं अल्लद उभा....

तानाजी : त्याच्या पाठी तू आणि समोर मी.

अशोक : म्हणजी त्याला तू दिसणार....

तानाजी : पण तू अजिबात नाही दिसणार. मी हत्यार रोखून उभा....

अशोक : तू हत्यार रोखून उभा.

तानाजी : हे बघून गिऱ्हाईक चमकंल! जागच्या जागी सावज थिजंल! जर घाबरून गिऱ्हाईक वळलं तर...?

अशोक : तर, मागं मी उभा जय्यत!

[तानाजी हताश होऊन बसतो.]

अशोक : काय चुकलं? मागं मी उभा असणार ना? तुला काय वाटलं? मी नुसता बघत असणार? हत्यार न काढता?

तानाजी : तू हत्यार रोखूनच उभा असणार.

अशोक : गिऱ्हाइकामागे अल्लद! दार बंद केल्यापासून. मग? जाऊ देत! सूचना चुकली तुझी. मी मागे उभा हत्यार रोखून, हे म्हणायचं तू विसरलास तान्या. परत उजळणी करू....

तानाजी : तर, जर घाबरून त्यानं मागं बघितलं-

अशोक : तर, मागं मी उभा.

तानाजी : आणि समोर मी.

अशोक : येस्, समोर तू!

तानाजी : गिऱ्हाईक बिचकंल!

अशोक : बेचैन होईल.

तानाजी : त्याला काय करावं, कळणार नाही.

अशोक : आपण दोघं बघतोय त्येला.

तानाजी : शांतता. कुणीच काही बोलत नाही.

[शांतता]

अशोक : दार उघडून गिऱ्हाईक म्हणून जर बाई आली तर?

तानाजी : तर, जे आधी ठरवलं त्येच- तसंच करायचं.

अशोक : नक्की?... तेच.... जसंच्या तसं करायचं.

तानाजी : जे आता सांगितलं, तेच.

[अशोक अस्वस्थ]

अशोक : आलोच मी...

[अशोक किचनच्या दारातून आत जातो. टॉयलेटची साखळी ओढल्याचा आवाज. पण पाणी येत नाही. अशोक येतो. तानाजी कॉटवर बसून. अशोक अस्वस्थ. त्याला ताण सोसत नाही. त्याची घाबरगुंडी उडालीय.]

आयलाऽ तान्या, मला कळत नाही- स्टोचं तेल संपलंय तर

काड्यापेटीच्या काड्या कशाला पाठवल्या त्यांनी?

[शांतता.]

[तानाजी ऐकून न ऐकल्यासारखाच करतो. अशोक तानाजीच्या दुसऱ्या कानाजवळ जावून मोठ्याने म्हणतो,]

तेल संपलं होतं, तर काड्या कशाला पाठवल्या त्यांनी?

तानाजी : त्यांनी म्हणजे कोणी?

अशोक : वरती कोण राहतात, त्यांनी.

तानाजी : काड्या आणि त्यांचा काय संबंध? काय बोलतोयस तू? (परत पेपर वाचू लागतो.)

अशोक : मी प्रश्न विचारला तुला तान्या!

तानाजी : गप्प बैस आता!

अशोक : पूर्वी मी हेच विचारलं- कोण आलं ह्या जागेत? पूर्वीचे जे होते, ते जागा सोडून गेले. पण मग आता राहायला कोण आलं?

तानाजी : शूऽऽ क्! चुप्प बैस एकदम!

अशोक : सांगितलं होतं की नाही मी...

तानाजी : ए माझे आईऽऽ आता गप ना!

अशोक : आधीचे मालक कोण होते ते मी तुला...

[तानाजी त्याला फटका मारतो. अशोक हेलपाटतो.]

सांगितलं होतं की नाही? मग का खेळतोय जर्नादन आमच्याशी असा? कशासाठी गंमत चाललीय आमची? कोणासाठी चाललाय हा खेळ?

[तानाजी परत फटका मारतो.]

तानाजी : कसला खेळ?

अशोक : (रडकुंडीस येऊन) का करतो तो हे? जे सांगितलं ते प्रामाणिकपणे केलं ना? त्याच त्या परीक्षा दर वर्षी दिल्या; दर वेळी पास झालो आपण तान्या! चोख काम करतो आपण, पण कुणासाठी? कोण घेतं सुपारी कशासाठी? ह्या खेळामागचा विचार कोणता तान्या? तत्त्व कोणतं? जीवघेणा खेळ स्सालाऽ!

[पुन्हा भिंतीतून आवाज होतो. ह्या वेळचा आवाज वेगळा.

घनगंभीर आवाज थांबल्यावर अशोक झपाट्याने जाऊन इंटरकॉमवर बोलतो]

अशोक : हॅलोऽऽ साहेबऽऽ सगळं संपलं... खेळ खलास साहेब. चिकन, मटण सगळं खतम्. किचन बंद आहे साहेब... बोंब झालीय पुरती... कोंडी झाली आमची... साहेब, सगळं सगळं संपलंय...माल खलासऽऽ एकदम खल्लासऽ! साहेबऽऽ

[तानाजी त्याला ओढून शांत करीत]

तानाजी : काय डोकं फिरलंय का तुझं? शांत राहा आता!

[आवाज होऊन कप्पा बंद होतो. दोघे एकमेकांकडे बघतात. नजरानजर होते. तानाजी पेपर वाचतो. अशोक त्याच्या कॉटवर विमनस्क. टाय वगैरे नीट करतो. पिस्तुल चाचपतो.]

तानाजी : काय छापलंय बघ–

अशोक : पुढं वाच!

तानाजी : खरंच छापलंय...

अशोक : (रागाने) पुढं वाच तान्याऽऽ!

तानाजी : हा ना! आयलाऽ विश्वास नाही बसणार....

अशोक : तरी ते छापून आलंय.

तानाजी : कसं शक्य आहे?

अशोक : हे सगळं अशक्य आहे. (आत जाऊ लागतो.)

तानाजी : कुठं चाललास?

अशोक : पाणी... पाणी पिऊन आलो.

[अशोक किचनच्या दारातून आत जातो. जाताना पिस्तुल कॉटवर ठेवून जातो. इंटरकॉमची रिंग वाजते. कप्पा उघडतो. तानाजी तत्परतेने इंटरकॉमवर.]

तानाजी : हॅलोऽऽ साहेब, मी तानाजी... हां साहेब.. आज कुणाला? हां साहेब, आहे. आत आहे. आम्ही तयार आहोत साहेब. पद्धत नेहमीची ना साहेब? सराव मघाशी केला साहेब. हो साहेब.. काम चोख करतो साहेब...

[रिसिव्हर ठेवून कप्पा बंद करतो. शांतता. तानाजी टाय ॲडजस्ट

करतो. भांग पाडतो. पिस्तुल चाचपतो. किचनच्या बाजूला दार उघडण्याची वाट बघतो. टॉयलेटची साखळी ओढल्याचा आवाज. ह्या खेपेस पाणी रीतसर फ्लश होते. दार उघडून अशोक आत येतो उघडा. शर्ट काढून हातात घेतलेला अशोक समोर बघतो. तानाजी त्याच्यावर पिस्तुल रोखून उभा. मघाशी केलेल्या सरावाप्रमाणे. दोघे एकमेकांकडे पाहत असतानाच अंधार.]

(पूर्वप्रसिद्धी : 'केल्याने भाषांतर' त्रैमासिक, जाने. १९९९)

मूळ ब्रिटिश लेखक : हॅरॉल्ड पिंटर (१९३०-२००८)
मूळ नाटक : द डंब वेटर (१९६०)

६.

आळशी अत्तरवाल्याची गोष्ट

[दुपारची वेळ. एक तरुण अत्तरवाला दिसतो. टोपलीत अत्तराच्या रंगीत बाटल्या आहेत.]

तरुण : (ओरडत) अत्तरऽऽ एऽ अत्तरवालाऽऽ आला... अत्तरवालाऽऽ चालून-चालून आयला पाय थकलं! आता दोन घटका विश्रांती घ्यावी आणि मग धंद्याला लागावं. काम तरी किती करावं माणसानी! कंटाळा आला रोज तेच ते! वस्सकन अंगावर येत्यात सगळे. पण महाराजांचं तसं नाही! अंऽ दुपारचे वेळी झोप! आपण तसं असावं, आपल्या महाराजांसारखं. एकदम निवांत काम त्यांचं! झोप आली; झोपले. उठाव वाटलं; उठले! काम केलं, केलं; नाही केलं, नाही केलं! एकदम आराम ना, एकदम! तसं हवं. भोवती दासी फिरत्यात... सुगंधी कारंजी उडत्यात... कुणाचं मालिश, तर कुणाचं काय काय चाललंय... नाच-गाणी रंगात आलीत... (काल्पनिक ढोलकी वाजवू लागतो. ढोलकीचा तुकडा ऐकू येतो)

आतून : एऽऽ आता थांबतो, की हाणू दोन? गप्...

[ढोलकी थांबते]

आवाज महाराज झोपलेत!

तरुण : महाराज झोपलेत? कुठायत?

आतून : आत हैत!

आवाज

[तरुण विंगेत जाऊन बघतो]

तरुण : आयलाऽ काय ही महाराजांची झोपायची पद्धत! यव्हढा मोठा महाराज, भर दुपारी नागडा झोपलाय...! यव्हढे कपडे आहेत-

दागिने, अत्तरं, आनि भर दुपारी महाराज नागडे? माणसाला कपडे हवेत- भरजरी, गरम, सुती, रेशमी, मखमली! मजा करावी, पण दुपारी हे असे....? खावं-प्यावं, आधी कपडे घालावे, मग हवं तर बदलावे... पण काढायचे कशाला म्हणतो मी? श्रीमंती हवी माणसाला. पैशेवाले आपल्याला आवडतात. गंमत अस्ती त्येंची! पैशेवाले बाप्पे, त्येंच्या बाया... त्यांच्या नात्यात आपण असावं. रक्ताचं नातं नसलं तरी पैशाचं नातं जोडावं... किमान दिसण्यात तरी सारखेपणा असावा... तो नसला तर त्येंचा आणि माझा राग तर सारखा असंल. ते उद्धट तर मी दहा उद्धट... जेव्हढा त्यांचा श्रीमंती माज, त्येचे तोडीस तोड माझा माज आसलं! आपली मिजास काही कमी नाही.... माझा बाप- तुम्हाला सांगतो, भिकारी होता! दिवसा भीक मागायचा रस्त्यात, रात्री दारू प्यायचा. बाप मेला तेव्हा त्याच्याकडे सात हजार मिळाले. आम्ही भावंडं नेमकी सातच. तशी एकेकाला हजार वाट्याला आले. माझा हिस्सा मला मिळाला. त्याचं काय करावं कळंना. आपण आगाऊ आणि उद्धट! सुतारकाम, लोहारकाम, विणकाम... छ्याऽ छ्याऽऽ ही कामं काय आमची कामं आहेत? माणसानी अभिमानी असावं. अशा फडतूस कामांना हात लावण्यासाठी आपला जन्म नाही हां! तेव्हा मी ठरवलं, आपण व्यापार करणार! देवाण-घेवाण... फायदा-तोटा... महाराजांची पोरं, सरदार-उमरावांची पोरं व्यापार करतात; आपण व्यापारच करणार. खानदानी धंदा- अत्तराचा! एकदम भारी... हा बघा... कुणाकुणाच्या अंगाला हा सुवास लागला असणार... विचार करा. निळी, पिवळी आणि लाल बाटली... घेतला माल नि तडक गेलो शाही बाजारात! फक्त पैशेवाल्यांचा बाजार. फालतू माणसाचं काम नाही. मी बाटल्या घेऊन म्हणालो, "अत्तरवालाऽऽ आला अत्तरवालाऽऽ" तशी मोठ्या दुकानदाराच्या माणसानी माझे हे असे कपडे बघितले नि धरली माझी गचांडी आणि हाकलून लावलं मला. ते तरी काय करणार? त्यांना त्यांचा धंदा सांभाळला पाहिजे. लागले सगळे पैसेवाले 'निळी, पिवळी, लाल बाटली द्या'

म्हणायला, म्हणजे? धंदा बसंल ना त्येंचा! मग उचलला गाशा नि गेलो जुन्या बाजारात. सगळीकडे भिकारी, गरिबी आणि घाण. छोटे दुकानदार, भंगारमाल. आठवणीनंही शिशारी येती. मी सुरू केलं, ''आला अत्तरवालाऽऽ निळी पिवळी, लाल बाटलीऽऽ अत्तरवाला'' भिकारचोट लोकांनी अडवलं. माल दाखव म्हणाले. मी माल ठेवला लांब नि म्हणालो, ''बघा... मी काही तुम्हाला अत्तर लावणार नाही. ह्या असल्या भिकाऱ्यांना मी अत्तर लावू? लावा तुम्हीच.. लाव ना अत्तर! एऽऽ बघतोयस काय? फोडलीस बाटली तर हात तोडीन... नीट धर... निळी सगळ्यात भारी आहे.... नीट बघ...'' माल त्यांना पसंत पडला, म्हणून किंमत सांगितली तर अंगावरच आले! एकानी खाड्कन माझ्या मुस्कटातच मारली. मी पण धरली त्यांची गचांडी. अत्तर घेतायत भिकारी...! आधी कुल्ले झाका स्वतःचे, मग लावा अत्तर! लायकीच नाही त्यांची... माझं अत्तर लावताय... निळी, पिवळी, लाल बाटली... आला अत्तरवालाऽऽ.... गरिबी डोकं फिरवते बघा. शिशारी येते गरीब माणसाची.. महाराजांचं बघा... मऊ-मऊ मऊ-मऊ.... एकदम मखमल नुसती... महाल... दासी.... नोकर-चाकर... चकाचक एकदम! हुकूम! इकडे येऽऽ... चल निघ.... तिकडे जा... चल... पट्कन... पट्कन... जेवण कसं महाराजांचं...अख्खी अख्खी कोंबडी भाजलेली... मसाला, वर तळलेले काजू.. किसमिस... सोबतीस आवडती दासी... नाचणारी बाई... गाणाऱ्या बाया.... सुखाची मखमल मऊ-मऊ मऊ-मऊ... सगळं भिडू...

[काल्पनिक हार्मोनियम वाजवल्याचा आविर्भाव करतो. आवाज मोठा होतो]

आवाज : एऽऽ गप्... ना! बंद करतो, की हाणू दोन लाथा?

तरुण : एऽऽ तुझ्या आयला... इथल्या लोकांना गाणी आवडत नाहीत? आपल्याला एकच गोष्ट आवडत नाही, ती म्हणजे काम! तेव्हढं सोडून बोलायचं. आराम हवा, आराम. पडे रहो निस्ते! (परत हार्मोनियम, ढोलकीचा आविर्भाव. सूर येतात.)

धंद्यातलं आपलं भांडवल फक्त हजार काय? मनात आलं तर निळी, पिवळी, लाल दोन हजारात विकू; त्याहून एकदम भारी अत्तर आणू नि परत चारला विकू... धंदा वाढवणार! खरेदी-विक्री, देवाण-घेवाण, नफा, नफा, नफा आणि नफाच... तोट्याची बातच नाही, गडगंज पैसा! भारी-भारीचे कपडे... खच्चून दागिने.. चंगळ... घर घेणार! नोकर, चाकर, घोडे... घोड्याला सोन्याची रिकीब! साधीचं सोडा हो...साधी आपल्याला परवडतच नाही. बस- जेवा-झोपा, प्या... गावातला भारीत भारी गाऊन जाईल, भारीत भारी नाचून जाईल! पैसा फेको नुस्ता... एऽऽ घे ना... अगं, घे... सगळे दागिने तुला घे, चल उचल पट्कन.... बसली नुस्ती... एऽऽ ऐकलं नाही का? घेऊ देत तिला दागिने... मजा करू देत सालीला... पोरी येतील सांगून मला... अहो, एव्हढं भारी स्थळ कोण सोडील? अमीर, उमराव, सरदार, सुभेदार... रांग लागंल पोरींना घेऊन-आमची घ्या करून! आमची घ्या करून! ओ अत्तरवालेऽऽ एऽऽ निळी, पिवळी, लाल बाटली... आमची घ्या करून...! एऽऽ आपण करणार तर महाराजांचीच पोरगी... विरोध केला तर जिंकून घेईन, माणसं आणून उचलीन! आपली पण माणसं पेरलीत... मान राखून बोलायचं बापूऽऽ रागाला आणायचं नाही आपल्याला.... शेवटी द्यावीच लागंल पोरगी... दहा गुलाम बक्षीस पाठवून देईन. गुलामाला सरदाराचा पोशाख घालून पाठवीन... नागडं नाही पाठवणार! हजार सोन्याच्या मोहरा वर...म्हणीन, चल उचल... उचल सामान... ठेवून घे हुंडा आणि पोरगी दे करून... महालात माझ्या त्यांचा माणूस होकार घेऊन आला की, त्याला दागिन्यानं मढवीन... चल, हवं ते घे... शकुनाचा निरोप आणलाय भाडू... चल उचल, उगाच डोकं नको फिरवू... त्यांनी काही पाठवलं तर आपण ठेवून नाही घेणार. आपण देणारे वरले, घेणारे नाही... तुम्ही खालचे, तुम्ही घ्यायचं. आपण निस्तं देणार! पोरगी दिली ना, बास झालं! आता फक्त घ्यायचं तुम्ही महाराज... आपण वरले, तुम्ही खालचे... लग्नाचा दिवस येईस्तोवर महाल चकाचक दिसेल. एक

वस्तु सोडणार नाही. जगातील भारीत भारी दागिना, कपडा तिच्या अंगावर पाहिजे. प्रत्येकाची नजर तिच्यावर! मी? छ्याऽ छ्याऽऽ आपण तर बघणार पण नाही तिच्याकडे! आपणहून का बघा? काय पडलीय आपल्याला? तिनं बघावं! आपण वाट्टेल त्याला नजर देत नसतो. जमलेली म्हणली-म्हणतील, 'जाऊ द्या अत्तरवाले... ओ निळी, पिवळी, लाल बाटलीवालेऽऽ बघा तिच्याकडे... नजर द्या तिला... होकार कळू द्या तुमचा!' असं म्हणून सगळी मंडळी मला मुजरा करायला वाकतील तवाच मी एकटा नजर दिल तिला. मुजऱ्याला वाकून सगळे वर बघतील, तर मी माझा वरचा अंगरखा अल्लद सोडून देईन. आत त्याहून भारी अंगरखा चमचमत आसंल. मखमली गादीवर मी बसंल. लग्नासाठी गावात दोन दिवस नाचगाणी, दंगा! नोकरांना सांगीन, दोन हजार सोन्याच्या मोहरा उधळा... नाचणारे खूष होऊन मोहरांसाठी मारामाऱ्या करतील. मी गंमत बघंन! बाजूला महाराजांची राणी आसंल. मी म्हणेन, बघतीस काय थेरडे, पोरीला आण! ह्या थेरडीला मी जे घालून-पाडून बोलीन- लोकांना कळलं पाहिजे, पैशाचा माज बोलतोय. डोकं फिरलं वाटलं पाहिजे सगळ्यांना. राणी म्हणेल, आता बस झालं; पदरात घ्या आम्हाला! दया करा नि मुलगी बघा. वाट बघून कोमेजलीय पोरगी! कधी पुरुष नाही बघितला आजवर! दोन शब्द बोला.. भीक मागते तुमची... आपण ढिम्म! हलणार नाही. तिकडं रडारड चालू. वाटलं पाहिजे सगळ्यांना, माजलाय पैशानं! चुत्यासारखं वागतोय, असं दिसलं पाहिजे. राणी पुढं होऊन पेला भरंल. पोरगी आईकडून पेला घेऊन पुढे येईल... मी मुर्दाडासारखा मखमली तक्क्याला टेकून बसेन. तिला बघणार नाही. तिला वाटंल अगदी महाराजा झालोय मी... 'घ्यावं स्वारीनं' म्हणत पेला माझ्या तोंडाला लावील तशी कच्कन तिच्या पेकाटात लाथ घालीन! ती भेलकांडत खाली पडंल, पेला सांडंल. मी पायऱ्या उतरून जाईन... पुन्हा लाथ... पुन्हा लाथ... किंचाळ्या उठतील आकाशात... (तो लाथा मारतोय. बाटल्या उधळतात)

आतून गप एऽऽ हाकल! फोडू का थोबाड? महाराज म्हणाले ज्येनी....

आवाज : त्येंची झोप मोडली, त्यांना अत्तराच्या बाटल्यानं मारा!

तरुण : माझ्या बाटल्या... निळी... पिवळी... लाल... भांडवल... लग्न... माझं स्वप्न... कुठं गेलं माझं राज्य...? माझा माज...?

कोरस : हजारो वर्षांपूर्वीच्या एक हजार एक अरेबियन कथांपैकी ही एक! मुद्दा काय की, पाय जमिनीवर ठेवा. आळस करू नका. सुख-समृद्धी ही कष्टाची फळं आहेत, स्वप्नांची नव्हे! या आता. नमस्कार!

(अंधार)

(पूर्वप्रसिद्धी : मौज, दिवाळी २००१)

इजिप्तशियन लेखक : अल्फ्रेड फराग (१९२९-२००५)

७.

नशीबवान बाईचे 'दोन'

[एका स्त्रीला खांबाला बांधून ठेवलेले]

स्त्री : ज्यानं बांधलं मला... ज्यानं मारलं... तो कुणी परका नव्हता... माझा नवराच तो... माझ्या पोरांचा बाप! काय बघताय काय? आधाशी कुठले...! तुमचा त्याच्याशी काहीही संबंध नाही... उगा डोळे फाडून बगू नका... हा, बापानं मारलं मला... भावानं फोडलं... मग मारणारच... त्येंचा अधिकारच आहे तो! आलं मनात, की काढलं फोडून... आँ... सोड... दोर सोडवायचाय...? हात तर लावून बघा दोराला... आईच्यान् सांगतेय... बेंबीच्या देठापासून बोंबलंल मी... हात तर लावून बघा सोडवायला... नाही बोंबलून गाव गोळा केला, तर नावाची बाई नाही मी! लोकांचं प्रेम आहे माझ्यावर... माझे घरवाले- आई, बाप, भाऊ... हे तर घरवालेच की! त्यांचं प्रेम आहे माझ्यावर, म्हणून मारतात मला. कारण माझी त्येन्‌ला भीती वाटती... बांधून ठेवली मला... हा ना! त्येंनी असं माझं केलं, कारण मी जीवाचं बरंवाईट करीन, अशी भीती वाटती त्यांना... माझ्या पोरांनी मला मारलं... तुम्हाला काय त्येचं...? माझ्या पोरांना नवऱ्यानी घेतलं नि पळून गेला... माझ्यापासनं पोरांना घेऊन पळून गेला... खरंच गेला... मीच कमनशिबी... हा दोर... ज्येनं बांधला, त्येनंच तो काढावा. तुम्हाला सांगते, मला आकडेमोड जमत नाही... बेरजा नाहीत... वजाबाक्या नाहीत... गणितात बघा बोंब माझी.. आता वाण्याकडे गेले होते, आमचा नेहमीचा वाणी... उधारी आसती आमची... मांडून ठेवतो हिशोब. अल्ला त्येचं कल्याण करो... चणे आणले... तेल.... साबण...

मसाला, डाळीचं पीठ... सगळं आणलं... काय आणलं नाही मी? नंतर एक सफरचंद फक्त मी घेतलं. चव घेऊन नवऱ्याला दिलं... असं सगळं घेतलं... पण गणितात मी कच्चीच... बेरीज, वजाबाकी बोंब नुसती! खरेदी बघून नवरा दुकानात गेला. उधारी बघून घरी आला नि फिरलंच त्येचं! गरीब बापाची कुळबुडवी तू.... मला म्हणाला.. एव्हढा माल आणतीस येडे? दुकानदाराशी तुझं सूत जमवतीस, असं काही बाही त्येचं जे सुरू झालं... घाबरून पीठ माझं सांडलं... त्यात तेलाला धक्का... मग तेल कणकेत... मसाल्याच्या पुड्या ओल्या झाल्या तेलानं... लाथेनं मिठाची बरणी फुटली. त्यात चणे उधळले... मधून काळी मिरी... आणलेलं आलं जे उडालं, ते खिडकीतून खाली रस्त्यात... एकेक वस्तू रस्त्यावर आल्यावर पळवल्या सगळ्यांनी... मग बांधली मला... मुलांना घेऊन तो पळून गेला. बघताय काय? तुम्हाला काय त्येचं! आधाशी डोळे तुमचे. ह्या बांधलेल्या दोराचं राहू द्या म्हणते मी... काय? दोराचं राहू द्या.... सोडायला विसरला मला हो! जाताना निदान गाठ तरी सोडायची, अं? तुम्हाला सोडवायचीय? हात तर लावून बघा!... आता पाणी कशी पिऊ मी? जेवू कशी? अं? मी उपाशी राहण्याच्या लायकीची नसंल तर तो देईल मला वरून... सोडवेल मला... पाजेल पाणी... त्येच्या घरी न्याय मिळेल मला. मीच कमनशिबी... माझ्यामुळं नवऱ्याचं डोकं फिरलं. कपाळकरंटी मी! ह्यापासनं काही शिका. नवऱ्याचं डोकं फिरेल असं वागू नका. आई-बाप नाही शिकवत हे... रोजच्या रोज मार खात हे धडे गिरवावे लागतात. नशीब माझं! परीक्षा बघतोय तो! ...आता तहान लागली मला... ते म्हणायचे, मी उन्हाची जन्मले... अगदी कडक उन्हाळा होता मी झाले तेव्हा... तेव्हा माझ्या डोळ्यात पाहत ते म्हणाले, 'बघा कशी बघतीय?... ही आंधळी नाहीये!' नंतर मी भोकाड पसरल्यावर म्हणाले, 'बघा, मुकी नाहीये.' कानाखाली कुर्रर्र केल्यावर मी दचकले, तशी ते म्हणाले, 'बहिरी नाहीये...!' अहो, उन्हाची जन्मले मी... पुढे मी चालायला लागले तशी म्हणाले,

'बघा, स्वतःच्या पायावर चाललीय... पांगळी नाहीये... नशीबवान आहे पोर, तिची दृष्ट काढा'. शाळेत जाईपर्यंत त्यांचा विश्वास होता की, स्वतःच्या पायावर चालणारी ही नशीबवान मुलगी. आमच्या गावाच्या शाळंत सगळी पोरं भरलेली. मुलं बेरजा करायची, गुणाकार करायची- त्येला मी भागायची. मला कळायचंच नाही आकडेमोडीचं! फायदा नाही... तोटा नाही... मी गणितात कच्चीच! मग मास्तर मला फोडून काढायचे. पोरं चिमटे घ्यायची, कचाकचा. मागची मुलं खस्कन केस ओढायची... लाथा पडायच्या... माझं नाव विसरायला लावीपर्यंत लाथा बसायच्या. मारण्याच्या भरात अवो नावच विसरायची मी. पोरं मला हाका मारायची... मला उत्तर देता यायचं नाही... कारण नावच आठवायचं नाही... म्हणून परत मार चालू व्हायचा... माझ्या विसराळूपणाची अद्दल देव द्यायचा... मला नावच आठवायचं नाही... नंतर ते म्हणाले, 'शाळा पुरे, आता घरचं बघा!' रांधा, वाढा, उष्टी काढा, कपडे धुवा, नाश्ता, दुपारचं जेवण, रात्रीचं, पक्ष्यांना खायला, पोरांना सांभाळा... काम, काम, काम! तेवढ्यात कुणी म्हणालं... ह्या बयेला कोण पत्करणार...? दुपारचं सहज कानावर आलं- कोणाच्या गळ्यात धोंड पडणार...? तर रात्रीचं अगदी स्पष्टच ऐकू आलं, एखादा बिजवर बघावा. ही बया म्हणजे दुष्काळात तेरावा महिना आहे. हिच्यामुळे अशी वाट लागली आपली, म्हणायचे ते... अखेर ठरलं! ठरलं ना माझं, लग्न ठरलं! तशी त्यांचे चेहरे उजळले. भावंडे हसली. पैसे उधार घेऊन बघायला आलेल्या लोकांचं सगळं केलं. शेजाऱ्यांचं चहापाणी झालं. ते म्हणाले, 'सुखाचे डोळे कायम मिटलेले, म्हणून प्रेम आंधळं असतं. दुःखाचे डोळे सताड उघडे, त्याशिवाय वाहणाऱ्या पाण्याला वाट कशी भेटणार?' लग्नाचं ठरलं तशी अवो एकदम मारणंच बंद झालं! बाप मारीना, भावंडं मारीनात, कोणी शिव्यासुद्धा घालीनात. जाणारा-येणारा निस्ता टकाटका बघत जायचा. माझं लग्नाचं ठरलं तेव्हाचं सांगतीय. एकेक गोष्टी बोलायला लागले. म्हणाले, 'हिला कांजिण्याच आल्या नाहीत कधी! आणि हगवण फक्त दोनदाच!

फक्त दोन वेळाच हिचे डोळे आले नि लगेच बरे झाले. गुणाची पोर! हिच्याकडे कुणीच कधी वाईट नजरेनं बघितलं नाही, इतकी सामान्य पोर- ते म्हणाले. लग्न झालं तशी तुम्हाला सांगते, नवरा... नवरा माझा जबाबदारीनं वागायचा. फक्त तो आणि तोच मला मारायचा. फक्त त्याचाच तो अधिकार. अत्यंत काळजीपूर्वक तो मारायचा. आता पट्टा... कमरेचा काढायचा... बक्कल हातात धरून मग मारायचा.... तुम्हाला सांगते, बक्कलच्या बाजूनं त्यांनी कधी नाही हात लावला....आता थोबाडीत मारणं बघा- आधी बोटातली चांदीची अंगठी अल्लद काढून ठेवायचा, मग लागायचा गालाला हात खण्णकन... पण अंगठीचा हात कधी नाही लावला त्यानं... नंतर लाथापण कशा... जोडे काढून व्यवस्थित ठेवणार, मग घालणार लाथा. इतका मार खायची मी, तरी त्याला आवडायची नाही... राग-राग करायचा माझा. प्रत्येक पोराच्या जन्मानी मी त्येला नको-नको करायची. पोरांनी त्याला माझ्यापासनं तोडावं आणि त्यानी मला पोरांपासनं. शेवटी पोरांनी मला त्याच्यापासनं सोडवावं! असं काहीबाही मी देवाला सांगायची. पोरांनीच घर भरलं. लहान पडायला लागलं तशी आम्ही दोघं पलंगावर, तर पोरं पलंगाखाली! जागी पोरं झोपलेल्यांना उठवायची, तशी झोपलेली पोरं किंचाळत उठायची. मग बेंबीच्या देठापासनं तो बोंबलायचा. कल्ला चालायचा. शेजारी जागे व्हायचे. संबंध काय तुमचा? पोरांना शिस्त लागली पाहिजे. मग घर आणखी लहान व्हायचं. भिंती जवळ यायच्या, चादरी आकसायच्या. भिंती आता पलंगाभोवती यायच्या. जागा कमी. जागी पोरं झोपलेल्यांना उठवायची... फुटू देत भिंती... मी भिंतीला दूर करायला जायची. सगळा राडा नुसता. सोसायचा नाही... फुटावं सगळं... मोकळं व्हावं... खूप नंतर माझ्या घरधन्याच्या शेवटी ते लक्षात आलंच. मी पांढऱ्या पायाची! मी कमनशिबी! माझ्या पायगुणांमुळं होतंय हे सगळं... हे सगळं मुद्द्याचं त्याच्या शेवटी लक्षात आलंच. तशी तो काम करंना. घरबशा झाला! बसून राहायचा निस्ता. मी विचार केला, केला...

तिरीमिरीत उठले. त्याच्या खिशातली नोट घेतली नि गेले... हात दाखवला माझा... बाईला म्हटलं- बघ बाई बघ, माझ्या हातावर काय लिहिलंय? का होतंय माझ्यामुळं असं? सोसंना आता. कधी उजळणार नशीब? का नशीब हाल करतंय माझ्या नवऱ्याचं? तो सुखी, तर मी सुखी... हात बघणारी बाई म्हणाली "दोन"! दोन काय गं? तास, दिवस, वर्षं, युगं? तशी म्हणाली, काळजी नको, "दोन"! दोन! दोन! दोन! घरी आले. डोळ्याला डोळा नाही. जीवाची उलघाल नुस्ती! झोप नाही. दोन दिवस, दोन महिने... मग आचके सुरू झाले. कधी संपायचे दोन? आचके वाढले तशी मग नवऱ्यानी बांधलं मला. उगाच जीवाचं बरं-वाईट नको व्हायला... कधी पाणी द्यायचा मला आणि म्हणायचा, 'काही हवंय?' माझी छाती धडधडायची. मी म्हणायची... तू सुखी राहा माझ्या राजा... सुखी राहा... जरा शांत झाले की, हात सोडायचा माझे... मग परत फीट यायची... अंग भरभरायचं. आवाज माझा टिपेला जायचा. मग परत बांधायचा. परत परत बांधायचा. मुलांना घेऊन तो पळून जाईपर्यंत बांधून ठेवली नि जाताना सोडायला विसरला... मग... तुमचा काय संबंध...? आमचं आम्ही बघू...

[रखवालदार येऊन बाई समोर गजाचे दार ठेवतो.]

रखवालदार : एऽऽ... हात सोड आता!

[स्त्री हात दोरातून मोकळे करून गजांना धरते.]

बाई... नवऱ्याला का ठार मारलं? बोल...

स्त्री : मी त्येला मारला नाही. त्याच्या मुलांनी त्याला मारला. नंतर तो पोरांना घेऊन पळाला....

रखवालदार : म्हणजे त्यानी मेल्यावर पोरांना घेतलं नि पळाला?

स्त्री : मी आधी मेले होते. माझ्यामागनं तो मेला... कळलं?

रखवालदार : हं! आता त्याचा काय उपयोग? फार पूर्वीच आमच्या लक्षात आलंय... तुझ्या डोक्यावर परिणाम झालाय. नीट विचार कर बाई, तू फार नशीबवान आहेस. डोक्यावर परीणाम झालेली माणसं संख्येनं जास्त असतात. आम्ही शहाणे नेहमीच कमनशिबी आणि

अल्पसंख्य! नशीबवान आहेस तू बाई... फार फार नशीबवान आहेस!

[क्रमशः अंधार]

(पूर्वप्रसिद्धी : मौज, दिवाळी अंक २००१)

मूळ इजिप्तशियन लेखक : अल्फ्रेड फराग (१९२९-२००५)

८.

कर्मचारी

['टायपिस्ट' ह्या नावाला शोभेल असे ऑफिस. दोन टेबले. त्यावर दोन जुनाट टाइपरायटर्स झाकून ठेवलेले. बाजूला टेलिफोन डिरेक्टरीचे अनेक खंड. पातळ पोस्टकार्डचे गठ्ठे. एक-दोन जुनाट कपाटे. खुंटाळी- छत्री, रेनकोट इत्यादी टांगण्यासाठी. एका बाजूला बाथरूमकडे तर दुसऱ्या बाजूला साहेबांच्या केबिनकडे रस्ता, अशी कल्पना. एका बाजूला पाण्याचा पिंप, ग्लासेस वगैरे. पात्रं दोनच. एक स्त्री (मंदा देशमुख) आणि एक पुरुष (सुरेश जामदार). प्रत्येक प्रसंगानुसार त्यांची वये बदलत जातात. वेशभूषा तीच, पण रंगभूषेत किरकोळ बदल. एका बाजूने मंदा येते. वय २५च्या आसपास. ऑफिसला यायला उशीर झाल्याने व्यक्त होणारी लगबग, घाई तसेच सराईत अपराधीपणाची भावना. पर्स, डबा, छत्री इ. गोष्टी ऑफिसमध्ये आल्यावर ज्या ठिकाणी ठेवल्या जातात तिथे ठेवल्या जातात. एका टेबलाजवळ जाते. टाईपरायटरजवळील कव्हर नीट बाजूला करून ठेवते. टेलिफोन डिरेक्टरीमधील खूण घातलेले पान उघडते. कार्ड टाईपरायटरमध्ये घालते आणि डिरेक्टरीमध्ये पाहत पत्र टाईप करायला लागते. ह्या हालचालीत एक यांत्रिक लय आणि सराईतपणा जाणवतो. १-२ कार्ड्स झाल्यावर पुरुष येतो. सुरेश जामदार. त्याच वयाचा. त्याचा आजचा नोकरीचा पहिला दिवस. त्याचा नवखेपणा जाणवतो. सोबत त्याची बॅग, डबा, छत्री इ. सामान.]

सुरेश : गुड मॉर्निंग! मी सुरेश जामदार. कालच ऑर्डर मिळाली त्यांची... (हसत) काय गंमत आहे- कमालच झाली! त्यांचं नावच आठवत नाही. लगेच जॉईन व्हा म्हणाले. आता थोडीशी म्हणजे किंचित

भीती आहे मनात, पण आज जॉईन झालो.

मंदा : (कामात आहे असे दर्शवत हालचाली चालू) मला सांगितलं होतं त्यांनी. मी मंदा देशमुख... तो डबा, तुमचं सामान तिकडे ठेवा.

सुरेश : हो. सॉरी हं, आज उशीर झाला यायला थोडा. कारण बस चुकली! भलत्याच बसमध्ये चढलो. पण तसा मी नेहमी वेळेवर- अगदी वक्तशीर.

मंदा : ठीक आहे मि. जामदार. पुन्हा असा उशीर नाही झाला म्हणजे झालं. ते फार कडक आहेत. उशीर त्यांना चालत नाही... आणि आता मी म्हणजे, ह्या सेक्शनची हेड झाल्यापासून तर जबाबदारी वाढलीय. आज तुमचा पहिलाच दिवस आहे. मी काही उठून लगेच कानांवर घालत नाही तुम्ही उशिरा आल्याचं.

सुरेश : थँक्यू मिस देशमुख! तुम्ही अगदी... खरंच को-ऑपरेटिव्ह आहात.

मंदा : ओके. आता असं बघा... अगदी शप्पथ हं! मी चुकूनदेखील त्यांना म्हणाले नाही. माझा तसा स्वभाव नाही. तशी तेच म्हणाले की, आता ते- म्हणजे तुम्ही जॉईन व्हाल. मग ह्या सेक्शनकडे तुम्ही, म्हणजे मी हेड म्हणजे सुपरवायझर म्हणून जबाबदारी घ्या, म्हणून हं! मी पुढे-पुढे करणारी नाही... तुमचा डबा इथे का ठेवलाय? (त्याचे सामान उचलून ज्या ठिकाणी ठेवायचं तिथं ठेवते.)

सुरेश : शेवटी मिळाला हा जॉब! पण काय होतं की, मी कॉलेज करतो- इव्हिनिंग कॉलेज. म्हणून मग सगळे नाकारतात. पण ह्यांनी मात्र दिला जॉब.

मंदा : नोकरी करून शिकता? वा! तुम्ही म्हणजे अगदी काय म्हणायचं... हं, अगदी महत्त्वाकांक्षी दिसता. काय शिकता?

सुरेश : (अभिमानाने) लॉ! वकील होणार मी. अजून तीन वर्षं की काळा कोट. हो, त्या दिवसाकडे डोळे लावून आहे मी.

मंदा : थकायला नाही होत? पूर्ण वेळ नोकरी, संध्याकाळी कॉलेज. दोन्ही एकाच वेळी म्हणजे...

सुरेश : इच्छा असली की सगळं जमतं.

मंदा : अगदी खरं बोलतात.

सुरेश : अहो, माझे काका वकीलच आहेत. अगदी प्रसिद्ध आहेत. कुणालाही विचारा– टी. एम्. असोसिएट्स माहितीय का म्हणून. म्हणजे कुठल्याही वकिलाला विचारा, जामदारांची फर्म कोणती? आणि मग त्याचा चेहरा पाहा.. हं, जबरदस्त फर्म! मनात आणलं ना... अं.... नुसता तो फोन उचलून सांगायचं की, काका... बस्स! काळजीच संपली. पण नाही ना, मी त्यातला नाही. मी पुढे-पुढे करणारा नाही. खाईन तर तुपाशी... असं आहे आमचं. स्वतःच्या जीवनात काही करून दाखवीन, नाही तर संपून जाईन मी!

[स्तब्धता]

मंदा : (शेजारच्या टाईपरायटरवरचे कव्हर काढून त्यात एक कार्ड घालून ऑफिसचे काम समजावून देत.) अगदी शंभर टक्के खरं बोलतात. तुम्हाला सांगते... मी एकदा माझ्या मित्राबरोबर.. बरं का... तसं आमचं काही सिरियस नव्हतं. म्हणजे झालंही असतं, पण तो विषय लगेच आजच नको... तर, मी मित्राबरोबर होते. त्याचे वडील त्याला पैसे भरून मेडिकलला जायला सांगत होते. पैसे भरले त्यांनी त्याचे शेवटी. मेरिट नव्हतं, तरी पैसे भरून मेडिकलला.. काय झालं शेवटी? वडिलांनी घटस्फोट घेतला. मग दुसरं लग्न. सगळं संपलंच! पैसे पाठवता येईनात. हा नापास होई. शिक्षण अर्ध्यावर.

सुरेश : तेच म्हणतो मी मिस् देशमुख, स्वकष्टाला पर्याय नाही. तत्त्वं महत्त्वाची. ती सांभाळली पाहिजेत.

मंदा : अहो, तोच तर महत्त्वाचा मुद्दा आहे. आता आमच्या म्हणजे ऑफिसात सध्या... बोलू नका. पण प्रमोशनचं वारं आहे. कंपनीची एक्सटेन्शन्स चालू आहेत. त्यामुळेच तुम्हाला घेतलंय. आता तुम्हाला मी तुमचं काम समजावून सांगते मि. जामदार. हं, हे बघा– हे कार्ड घ्या. वर प्रॉडक्टची माहिती किंवा जाहिरात छापली आहे एका बाजूला. हं? तर मागच्या बाजूला कोरी जागा. त्या बाजूवर पत्ते टाईप करायचे, न चुकता. आता तुम्हाला प्रश्न पडला असेल की, कोणाचे पत्ते आणि ते शोधायचे कसे? तर, ह्या टेलिफोनच्या डिरेक्टरीतच! सर्व नावे बिनचूक, योग्य पत्त्यांसकट टाईप करायची.

एकही नाव गळता कामा नये किंवा पत्त्यात चूक नको. सगळं नीट बघा. प्रत्येक नाव, पत्ता पुन: पुन्हा तपासा. घोटाळा चालत नाही. त्यांची करडी नजर असते सगळ्यावर. एकदा का ते भडकले की, संपलंच. मी आज सकाळी 'ए'ची नाव घेतलीयत, तुम्ही...

सुरेश : मी 'बी' पासून सुरुवात करतो.

मंदा : करेक्ट! असं को-ऑपरेशन हवं स्टाफमध्ये.

सुरेश : पण काय हो... हे सगळं फार सहज आणि सोपं वाटत नाही?

मंदा : सवयीचा भाग आहे. एकदा का कामावर नजर बसली की बसली. मग काही विचारच नको. काम सुरू राहतं आपोआप.

[दोघे टायपिंग करू लागतात. ती सराईतपणे, तो अवघडून. तिने सांगितलेल्या सूचना आठवत. त्याची टाइपिंग करताना चूक होते.]

सुरेश : च्! आयलाऽ पहिलंच कार्ड आणि मिस्टेक! जरा घाईच होते माझी. काय आहे की, तसं बरेच दिवसात टायपिंग नाही केलेलं. (कार्ड काढून टेबलाखाली फेकणार इतक्यात...)

मंदा : अंऽहंऽ मि. जामदार, नाही! असं फेकू नका! त्यांनी बघितलं म्हणजे? भडका उडेल ना सगळा! हे बघा, सुरुवातीला जरा शांतपणे घ्या. घाई नको. बसण्याची पोझिशन महत्त्वाची... आता श्वास घ्या... सोडा. एक लय गाठता आली पाहिजे... आता एकेक अक्षर टाईप करा... सावकाश. हं...

सुरेश : (अवघडून टाईप करीत) असंच ना?

मंदा : अहो, जमेल हळूहळू... अरे.. डोकं हलवू नका. नजर मजकुरावर हवी सतत.

सुरेश : (अवघडपणे) तुमचा स्वभाव सगळ्यांना मदत करण्याचा आहे.

मंदा : नवीन माणसाला मदत करावीच लागते, मि. जामदार....

सुरेश : सुरेश... मी सुरेश.

मंदा : (त्याच्याकडे रोखून बघत) सुरेश...

[ती काही बोलणार इतक्यात साहेबांची आतून बेल वाजते. मंदा चपापते. सावरून नीटनेटकं होत...]

ते बोलावतायत मला. खरं तर ह्या वेळी ते सहसा बोलवत नाहीत.

आपण आणि आपलं काम बरं.... पण सुरेश, ह्या वेळी बेल म्हणजे... त्यांना टाईपरायटरचा आवाज ऐकू येतो. त्यावरून त्यांना कळतं सगळं इथलं. विचारणारच ते मला की, आज काम सुरू व्हायला उशीर का झाला? पण घाबरू नकोस सुरेश, मी त्यांना तू उशिरा आल्याचं नाही सांगत.

सुरेश : (तिच्या जवळ जात) थँक्स, मंदा...

मंदा : ओके.

[सुरेश तिच्याकडे पाहतो आहे, हे हेरून ती मुद्दाम आकर्षक चालीत पाठमोरी साहेबांच्या ऑफिसच्या दिशेने आत जाते. सुरेश टेबलापाशी कार्ड टाईपराईटवर घालतो. टाईप करतो. पुन्हा चूक होते. मग टायपिंग करण्याच्या सूचना आठवत परत टाईप करतो. पुन्हा चूक होते. कार्ड काढून फेकणार, इतक्यात त्याला तिने दिलेल्या सूचनांची आठवण होते. मग ते चुरगाळलेले कार्ड तो परत सरळ करत खिशात घालतो. पुन्हा नवे कार्ड घेऊन टाईप करू लागतो. इतक्यात मंदा प्रवेश करते, झपाट्याने. रागावलेली आहे.]

मंदा : (मोठ्याने) काय समजतात काय ते स्वतःला? जिभेला काही हाड मेल्याच्या! वाटले कोण त्यांना मी? मी काही रस्त्यावर पडलेली नाही! बघा दुसरी कोणती राबायला– ह्या घाणेरड्या कामाला.

सुरेश : (थक्क) अगं, पण झालं काय?

मंदा : तोंडाला येईल ते बोलतो मला! नालायकऽऽ अरे, झाला म्हणावं पाच मिनिटं उशीर यायला. सुरेश, फक्त पाचच मिनिटे मी उशिरा आले कामाला आज.

[सुरेश एकदम हसायला लागतो.]

सुरेश : तुला पण आज यायला लेट झाला सकाळी?

मंदा : एवढं हसण्यासारखं काही नाही त्यात! होतो कधी उशीर. नाही आवरत लवकर. पण भान हरपून टायपिंग करते मी. कधीही कामात चूक नाही. उत्तम सेवा देते. कामात नाव काढायला जागाच नाही. त्याची ही पत्रास? मी चालले, माझा डबा...

[सुरवातीला ऑफिसमध्ये आल्यावर तिने ज्या गोष्टी ठेवल्या

होत्या, त्या आवरत]

सुरेश : मंदा, अगं, मला वाटतं... ही छोटी गोष्ट आहे. तू असा घाईने निर्णय घेऊ नकोस. नीट विचार कर.

मंदा : विचार करण्यासारखं त्यात काहीही नाही. त्यांचा निरोप आला की सांग- ज्या कंपनीत नोकराचा मान ठेवला जात नाही तिथे मी क्षणभर थांबणार नाही.

सुरेश : सध्या दुसरी नोकरी मिळवणं सोपं नाही मंदा.

मंदा : सोपं नाही? माझ्या एक्स्पिरियन्सला? काय सांगतोयस तू? अरे, माझा अनुभव बघ. खूप संधी आल्या, पण लॉयल्टी नावाची चीज असते म्हणून बसले इथे. हजार नोकऱ्या नाकारल्यात मी ह्या आत बसलेल्या सांडासाठी! आणि त्याचं हे बक्षीस?

सुरेश : ते ठीक आहे. पण मी जर तुझ्या जागी असतो, तर त्यांना मी समाधान मिळू दिलं नसतं.

मंदा : कसलं समाधान?

सुरेश : कारण त्यांना तुला कमी करायचं असेल! तुझा स्वभाव त्यांनी बरोबर ओळखलाय. तू सेन्सेटिव्ह आहेस. हे असं बोललेलं तुला सहन होणार नाही आणि तू स्वतःहून राजीनामा देशील- कंपनीनं न सांगता...

मंदा : (विचार करीत) त्यांनी हे सगळं... मुद्दाम रचून....

सुरेश : नाही तर ह्या वेळी त्यांनी मुद्दाम बोलावून झापण्याचं काय कारण? [स्तब्धता.]

मंदा : (मग आवरलेल्या वस्तू पुन्हा जागच्या जागी ठेवत.) अडलंय माझं खेटर! राजीनामा देतेय मी- वाट बघा म्हणावं! त्यांना मी स्वतःहून राजीनामा दिल्याचं समाधान मेले तरी देणार नाही. जेव्हा सोडायची तेव्हाच सोडीन मी नोकरी, ते म्हणतात म्हणून नाही. कारण मला माहितीय, वेळ आली की येतील गोंडा घोळत. देशमुखबाई, हे करून द्या- ते करून द्या, प्लीज. मग दाखवीन इंगा! सरळ जाईन निघून माझी गरज पडेल तेव्हा...

सुरेश : लग्न झालंय?

मंदा : (चमकून) कुणाचं?

सुरेश : (साहेबांच्या ऑफिसकडे दर्शवत) त्यांचं!

मंदा : कोण करणार लग्न त्या माकडतोंड्याशी?

[दोघे हसतात. टाईप करू लागतात. ठरवून थांबवल्यासारखे थबकून एकमेकांना किस्से सांगतात.]

मंदा : आमच्या ऑफिसमध्ये मागे एक कामाला होती. दिसायला अगदी दण्णया होती! एकदम सगळं अगदी हंऽऽ कळलं ना? तर, ती अशी चोरून चित्रं काढायची कार्डावर... म्हणजे 'तसली' चित्रं- चावट आणि द्यायची पाठवून साहेबांना. तू बघायला हवी होतीस चित्रं.

सुरेश : मागं मी होतो त्या नोकरीत एक बाई होत्या, वयस्क. सेक्शन हेड म्हणजे सुपरवायझर. तर, त्यांना अगदी गारगोट्यांचा चष्मा. खूप नंबर. चष्मा काढला की त्या ठार आंधळ्या. आम्ही गंमत म्हणून त्यांचा चष्मा लपवून ठेवायचो. मग काय, तो सापडेपर्यंत कोण काम करणार? आराम नुसता!

मंदा : मी मागं इन्शुरन्समध्ये होते ना- नुकतीच नोकरी लागलेली. आमचा साहेब- त्याला ती सवय... कळलं ना? हात मोकळे... इकडे-तिकडे स्पर्श.

सुरेश : हो, म्हणजे तसला!

मंदा : एकदा ते आले, मागे उभे राहिले खेटून. टाईप कसं करायचं दाखवतो म्हणाले आणि माझ्या खांद्यावर हात ठेवले. मी वळून बघितलं आणि एक वाजवली कानाखाली खण्णकन!

सुरेश : मग नोकरी गेली?

मंदा : छे! छान मैत्री जमली आमची मग!

[दोघे टाईप करतात. ठरवून थांबतात.]

सुरेश : सध्या वाचन काय चालू?

मंदा : डिटेक्टिव्ह वाचते मी. थ्रीलिंग असतं.

सुरेश : मला सायन्स फिक्शन आवडतात.

मंदा : एक विचारू?

सुरेश : हं, खुशाल विचार.

मंदा : समजा हं- समजा, तुला चॉईस दिला की, एक कोटी रुपये घ्या आणि तुमचा एक पाय द्या कापून... तर?

सुरेश : डावा की उजवा?

मंदा : कोणताही एक पाय; बदल्यात एक कोटी रुपये!
[स्तब्धता]

सुरेश : घ्या म्हणावं पाय आणि पैसे द्या!

मंदा : हो? मी दोन्ही पाय शाबूत ठेवीन. पैसे नाकारीन.
[दोघे टाईप करतात. ठरवून थांबतात. समोर बघतात. प्रेक्षकांना न्याहाळतात. सुरेश पुढे होऊन बोलतो प्रेक्षकांशी, तर ती पाठ टेकवून स्तब्ध]

सुरेश : (प्रेक्षकांना) सांगू नये असं बालपण गेलं. गरिबीत जन्म झाला. बहीण-भाऊ नाहीत. घरात आम्ही तिघंच. आई, बाबा आणि मी. त्यांची सततची भांडणं. चिडचिड, शिव्या, मारामाऱ्या. ह्यामधल्या शांततेत गल्लीतली मांजरं रात्रीची रडायची भेसूर. लग्न करण्याचा त्यांचा काय नेमका निकष होता, त्यांनाच माहीत! पण राहिले तसेच चिकटून मी लहान असताना, नंतर विभक्त झाले. पण त्याला काही अर्थ नाही. इतकं विजोड जोडपं दुसरं नसेल! बाबा एकलकोंडे. तोंडात सतत सिगारेट आणि कानाशी रेडिओ. आई छान दिसायची. तिला नीट राहायला आवडायचं. त्यामुळे ती सारखी बाहेर असायची. दोघांच्या मधे माझं सँडविच. दोघंही मला त्यांच्या बाजूला ओढायचे. एकाशी बोलावं, तर दुसऱ्याचा रोष. साधा पापा देतानाही खूप विचार करावा लागे लहानपणी. आईला द्यावा, तर बाबांना काय वाटेल? कठीण होतं सगळं. घाबरून राहायचो. बोलण्याची चोरी. गप्प राहून विचार करीत राहायचो. वाटायचं, बदलेल. सगळं लहानपण चमत्काराच्या प्रतीक्षेत गेलं होतं. शाळेत होतो मी १२-१३ वर्षांचा. घरी आलो तर आई नटून एका माणसाबरोबर होती. दोघं बसून बोलत होते. मला चमत्कारिक वाटलं. एकदम श्वास लागला. वाटलं, मी गुदमरतोय. धूम पळालो. पळता-पळता ठरवलं की, तो चमत्कार मीच घडवून आणीन. जिथे

मन रमत नाही तिथे राहणार नाही. जे मला करायचं नाही, ते न घाबरता मी करणार नाही. पण हे फार कठीण आहे. जोरातच पळलं पाहिजे, कारण शर्यतीच्या सुरुवातीलाच मी दोन पावलं मागे होतो.

[स्तब्धता]

[दोघे टाईप करतात. प्रेक्षकांत बघतात. आता तो स्तब्ध आणि मंदा प्रेक्षकांना]

मंदा : आमच्याकडे असे पैशाचे प्रश्न कधीच नव्हते. त्या दृष्टीनं आम्ही भाग्यवान. वडिलांच्या घरचं बरं होतं. मी सतरा वर्षांची असताना बाबा गेले. आई-बाबांचंही बरं होतं. सुखी होते, म्हणजे असावेत. आमच्यासमोर काही रागवारागवी नाही. मुलांच्या दृष्टीनं ते बरं होतं. बहीण मोठी माझी. ताईचं लग्न झालंय. तशा आम्ही दुरूनच बऱ्या. लहान असताना सदा आमची भांडणं. त्यात ताईचं नेहमी बरोबर. चूक नेहमी माझीच. सगळं नवं ताईला, उरलेलं माझ्या वाट्याला. आई-बाबांना कायम मी चूकच वाटत आले. तगमग व्हायची. बाबा जायच्या आधी खूप दिवस आजारी असायचे. त्यांच्या बोटात छान अंगठी होती. छान खडा. लख्खकन चमकायचा. बाबा नेहमी म्हणायचे, 'मंदे, ही अंगठी तुझी!' बाबा पुढे गेले. नंतर खूप वर्षांनी ती अंगठी दिसली ताईच्या बोटात. त्यांनी ती तिला दिली. मी बाबांना कधी क्षमा नाही करणार.. आणि ताईला पण. अशा वातावरणात कसली वाढ होणार? आई आता खूप थकलीय. माझ्याकडेच असते. ती मात्र अजून मला म्हणते, ''मंदे, तुझंच चुकतं कसं गं नेहमी!''

[स्तब्धता]

सुरेश : सिनेमा बघतेस?

मंदा : क्वचित जाते. टी.व्ही बघतोस?

सुरेश : वेळ नाही मिळत. दिवसा ऑफिस, मग कॉलेज. पण बायको मात्र बघते घरी. ती फक्त टीव्हीच बघत असते.

[स्तब्धता.]

[मंदा चकित. दोघे टाईप करतात.]

मंदा : (टाईप करताना) तुमचं लग्न झाल्याचं माहिती नव्हतं!

सुरेश : (टाईप करताना चूक होते) आयलाऽ हे मशीन आहे की काय आहे! पुन्हा चूक. (रागाने कार्ड चुरगाळून फेकणार इतक्यात)

मंदा : एक मिनिट मि. जामदार, बघू मला- (कार्ड पाहात) हे टाकताय कशाला? हे पुसता येईल. व्हाइटनर लावता येतो. ही अशी स्टेशनरी वाया घालवणं बरोबर नाही. हे कंपनीचं ऑफिस आहे. त्याची एक शिस्त आहे. धोरणं आहेत, काही तत्त्वं आहेत.

सुरेश : ठीक आहे. त्यात एवढं वैतागायचं काही कारण नाही.

मंदा : मी वैतागण्याचा प्रश्न नाही मि. जामदार. ह्या डिपार्टमेंटच्या कामाची काही जबाबदारी आहे माझ्यावर. सांगून-सांगून दातांच्या कण्या झाल्या. तुमच्या चुकांवर प्रत्येक वेळी किती पांघरूण घालणार? सगळ्यांना वाटते, मी वाटेवर पडलीय पायपुसण्यासारखी. ते तिकडे आणि तुम्ही इकडे.

सुरेश : अहो, काय झालं? कशाबद्दल बोलताय तुम्ही?

मंदा : ते आम्हाला पक्कं माहितीय. तुम्हाला मदत केल्याबद्दल हे बक्षीस? मी फक्त तुमच्याशी चांगलं वागायला गेले, तर चूक माझीच? मी चुकते नेहमी? ह्यापुढे मि. जामदार, मी कधीही सहन करणार नाही.
[ती तरातरा बाथरूमच्या दिशेने जाते. ती गेल्याचे बघून सुरेश झटक्यात उठतो. फोन करतो.]

सुरेश : (फोनवर) हॅलोऽऽऽ जरा आण्णाकाकांना द्या फोन! हॅलोऽ काकाऽऽऽ मी सुरेश बोलतो. नाही, तसं ठीक आहे. जॉब नवा आहे... अं... टायपिंगचं ठीक आहे. पण काका... काका, तुम्ही जर शब्द टाकलात- तुमच्या फर्ममध्ये पार्ट टाइम... नाही, बरोबर बरोबर! हो... बघतो मी... अच्छा!
[खिन्नपणे टाईपराटरवर टाईप करू लागतो. मंदा येते. आता तिचं वय वाढलंय. ती अंदाजे ३५ वर्षांची आहे.]

मंदा : सॉरी सुरेश, मघाशी बोलताना जरा तोल गेला माझा..

सुरेश : जाऊ देत गं! (टाईप करतो. सराईतपणे)

मंदा : (त्याच्या टायपिंगच्या लयीकडे पाहत) वा! सुरेशराव, आता तुम्ही

एक्स्पर्ट झालात.

सुरेश : चला, शेवटी मी कशात तरी एक्स्पर्ट झालो म्हणायचं. (त्याचा मूड ऑफ झालेला)

मंदा : काय झालं तुला?

सुरेश : काही नाही गं! काही अर्थ आहे का? चाललंय आपलं! दिवसा काम, संध्याकाळी कॉलेज. शनिवार-रविवार अभ्यास. कधी कुठं जाणं नाही... सुट्टीला चार दिवस कुठे गेल्याचं आठवतच नाही. हे वय परत नाही मिळत. आता एन्जॉय करायचं नाही, तर केव्हा?

मंदा : (टाईप करत) मी चुकत नसेन, तर एक सांगू? तुला वकील व्हायचंय, तर थोडी कळ सोसावी लागेल.

सुरेश : ह्या तुझ्या तर्कानं काय होणार? वकील झालो की संपलं! सगळे वकील सुखी असतात? नो सर, नो! असं आयुष्य नसतं. दोन घ्यावे लागतात, दोन द्यावे लागतात. मी भोगलंय ना! माझ्यासारख्याला जे वाट्याला येईल ते ओरबाडून घ्यावं लागतं. संधिसाधू राहून परिस्थितीचा नेमका छेद घ्यावा लागतो.

(टेबलावर हात मारतो.)

हे... हे आलंय वाट्याला! ही माझी संधी! आता ध्येय एकच- मनःपूर्वक नोकरी. ते तिकडे बसलेत आत, त्यांना दाखवून देईन. संधी निर्माण करीन. माझी गरज त्यांना पटवेन. मी त्यांना अपरिहार्य वाटलो पाहिजे. पगार वाढवावाच लागेल त्यांना. काम करणारी माणसं लागणारच. त्याशिवाय कंपनी चालणार कशी? माझं घर, बायको, दोन लहान मुलं ह्यांचा विचार त्यांना करावा लागेलच.

[स्तब्धता]

मंदा : (थंडपणे) तुम्हाला मुलं पण आहेत?

सुरेश : मग! लग्नानंतर आपण अजिबात वेळ वाया नाही घालवला. ही बघ! (खिशातून फोटो काढून दाखवत) गेल्या सुट्टीत काढला. कशी आहेत?

मंदा : (फोटो बघत निर्विकारपणे) हं, गोड आहेत! काय नावं?

सुरेश : हा मनोहर, मन्या म्हणतो आम्ही आणि ही पन्या- पवना. मन्या

आणि पन्या. त्यांना त्यांच्या नावानी हाका मारली तर 'ओ' च देत नाहीत. मन्या पक्का बिलंदर आहे. छान आहेत ना? मंदा– म्हणजे माझ्यासारख्याला ही शोभतात ना?

[स्तब्धता]

आता मी... काय करणार माहीत आहे मंदा? मी सरळ जाणार आत आणि त्यांच्यासमोर उभा राहून म्हणणार– एकदा काय ते सांगून टाका साहेब! पगाराचं काय? आमचं एवढ्यानं भागत नाही. खर्च वाढतायत. महागाई आहे. तरी अजून इथे युनियन नाही. आणि युनियनचं पण ठरवावं लागेल. (तरातरा केबिनच्या दिशेने जातो. थबकतो.)

सुरेश : एकदम विषयाला हात घालू, की प्रथम इकडचं–तिकडचं... त्यांचा मूड?

मंदा : त्यांचा काही अंदाज येत नाही. प्रत्येक वेळी वेगळाच मूड असतो. पण त्यांनी जर चष्मा काढून ठेवलेला असेल, तर त्यांचा मूड नक्कीच बिघडलेला असतो.

सुरेश : चष्मा... ओके!

मंदा : देव करो आणि त्यांचा मूड बरा असो.

[सुरेश गेल्यावर मंदा फोनवर]

मंदा : आईऽऽऽ! मी मंदा बोलते. नाही गं, मला काही नाही झालं. ट्यूबलाईट्स आणून देणार होता कोपऱ्यावरचा इलेक्ट्रिशियन. ट्यूबा गेल्यात ना घरातल्या, त्या आणायला सांगितल्या होत्या. त्या तो आणून देईल. त्या लावून घे. बाकीचे स्टार्टर्स, चोक पण बघा म्हणावं. कळलं का? अगं, मग हो म्हण. मला कसं कळणार? तू ऐकतीयस ना? कुणाचे फोन आले होते? नाही? अगं, कुणाचे येणार? सहज विचारलं. येत असतात कुणाचे फोन? मी फक्त चौकशी केली. बरं, असू देत. फोनचा विषय संपला. ताईचा आला होता. कशी आहे ती.

[सुरेश येतो. तो आता अंदाजे ३५ वर्षांचा. तो आला हे जाणून मंदा फोनवर तिचा मित्र बोलतोय असे समजून बोलते]

मंदा : हं! चल... काही तरीच काय रे! चावट आहेस. बोलू नको. (हसते)

अरे, खरंच नाही. नाही रविवारचं नक्की. घरी फोन कर... रविवार... चल, बघ! (फोन ठेवते)

[स्तब्धता]

सुरेश : (टाईप करीत) गेलो मी आत! ते म्हणाले, विचार करतो. सांगितलं मी सगळं. म्हणाले, सेल्समध्ये जागा आहे. तिथे कुणी जबाबदार पाहिजे. माझं त्यांनी सेल्सच्या यादीत पहिलं नाव टाकलंय म्हणाले.

मंदा : हो? गुड! आणि पगारवाढीचं?

सुरेश : थोडं थांबा म्हणाले, पण देतील इन्क्रिमेंट! अगं, चकित झाले ते. मी सांगितलं ना त्यांना, मला लॉचा थोडा एक्सपिरियन्स आहे, तशी चकित झाले. एकदम बघायलाच लागले... थोडं दमाने घेतलं पाहिजे. पण ती वेळ येणार... येस्! एकदा दान पडलं बरोबर, की आम्ही चाललो प्रमोशनवर... मग एक नोकरी... दुसरी... सुरूच!

मंदा : सुरेश, तू फार बाई महत्त्वाकांक्षी आहेस.

[सुरेश उठून डिरेक्टरीची बदलाबदल करतो.]

सुरेश : हे बघ, ह्या छोट्या डबक्यात राहणारा मी नाही. कुठल्याच बंधनात जगणारा मी नाही. माझं जग तिकडे– ह्या भिंतीबाहेर आहे. मंदा, तू बघतच राहा– अगं, आता मी कुठून कुठे जातो ते!

मंदा : खरं आहे बाबा तुझं! किती तरी गोष्टी आपण करू शकतो.

सुरेश : उदाहरणार्थ? समुद्रकिनारी फिरणं...

मंदा : सिनेमा बघणं...

सुरेश : प्रवास...

मंदा : नवे कपडे, दागिने, साड्या...

सुरेश : कुणाकडे तरी जायचं,

मंदा : लोकांना भेटायचं.

सुरेश : ट्रेकिंग! मंदा, हिमालयात...

[मंदा त्याच्या जवळ जात, उत्तेजित होत]

मंदा : सुरेश, हे सगळं खूप छान आहे. काही तरी करण्याची जबरदस्त इच्छा आहे. अनुभवण्याची आकांक्षा. साधं छान हसणं, मनसोक्त हसणं.

[मंदा आता त्याच्या अगदी जवळ... हात त्याच्या अंगावर. तोही तिला जवळ घेतो. दोघे रोखून बघतात. सुरेश हळूहळू माघार घेतो. खाकरतो. दोघे सावरत खुर्च्यांवर. पूर्ववत् टायपिंग करू लागतात. दोघे जण उत्साहाने भारलेले. स्तब्धता. टायपिंग चालू]

सुरेश : डबा खायचा?

मंदा : भूक लागली असेल तर जेव तू! मी नेहमीप्रमाणे एक वाजता. म्हणजे त्यानंतरचा दिवस छोटा वाटतो.

सुरेश : मग दीड वाजता खाऊ?

मंदा : ते वाटतं तेवढं सोपं नाही.

सुरेश : का? पुढचा दिवस आणखी कमी होईल. तर मग ठरलं, दीड..

मंदा : ठीक आहे, दीड!

सुरेश : बघ हं? प्रॉमिस?

मंदा : ठरलं म्हणजे ठरलं.

[दोघे शेकहँड करतात.]

सुरेश : वन थर्टी!

मंदा : वन थर्टी!

[दोघे टाईप करतात.]

मंदा : भूक लागली असं वाटतंय!

सुरेश : हं! सकाळी माझाही ब्रेकफास्ट नीट नाही झाला.

मंदा : मी तर फक्त एक कप कॉफीवर आहे.

सुरेश : काय आणलंय डब्यात?

मंदा : नेहमीचं- भाजी-पोळी, लोणच्याची फोड आणि एक केळं. तू?

सुरेश : सँडविच आणि एक सफरचंद.

मंदा : दीड तर मग?

सुरेश : ठरलं म्हणजे ठरलं!

[दोघे टाईप करतात, ठरवून थांबतात]

सुरेश : परवा चायनीजमध्ये गेलो होता जेवायला.

मंदा : अय्याऽ हो? चायनीज माझा अगदी वीक पॉइंट. माझा एक मित्र आहे. त्याला ह्या पदार्थांची खूप माहिती. नेहमी तोच देतो ऑर्डर.

विचित्र नावं असतात, नाही?

सुरेश : मला आपलं पंजाबी आवडतं. कुठेही मिळतं.

मंदा : (उठून कपाटाकडे जात) मी जेवते बाई आता!

सुरेश : अंहऽ मिस देशमुख, दीड म्हणजे दीड!

मंदा : काय हे लहान मुलासारखं? वाटलं खावं तर खावं बाईमाणसानं!

सुरेश : तुम्ही बायका ना– काही शिस्त नाही! जा, खा! कोण अडवणार? मी मात्र ठरवलं की ठरवलं हं!

मंदा : मि. जामदार, मी मनात आलं म्हणून लगेच खायला बसलेली नाही. मनातला विचार सांगितला. नीट ऐका आणि मगच मत व्यक्त करा. (उठून कपाटातील कोरी पोस्टकार्ड घेऊन परत टेबलाकडे जाते) आणि खरं सांगायचं तर, तुमच्यापेक्षा जास्त पेशन्स मला आहे. तुमच्यानंतर मी डबा खाऊ शकते किंवा डबा न खाताही राहू शकते, मनात आणलं तर!

सुरेश : (टाईप करत) खरं की काय मिस् देशमुख?

मंदा : (टाईप करत) हो.

सुरेश : बघू या मॅडम सुपरवायझर, बघू या!

मंदा : मि. जामदार, तुम्ही जेलस आहात. दुस्वास वाटतोय तुम्हाला माझा, मी ह्या सेक्शनची हेड आहे म्हणून.

सुरेश : ह्या... ह्या.. सेक्शनच्या हेड? अगंगंगऽऽ केवढी जबाबदारी– आयला! (मंदाची नक्कल करत) मि. जामदार, मी त्यातली नाही... स्वत:साठी पुढं–पुढं करणारी मी नाही. बाबोऽऽ केवढी जबाबदारी! (हसतो).

मंदा : हसा तुम्ही, खुशाल खिदळा! एकच सांगते– तुमचे इथे आता फार दिवस नाही राहिले! बघाच तुम्ही.

सुरेश : अरे, जा ना– जा, त्याला आत जाऊन सांग काय ते! आयला, उपकार होतील बघा बाई!

मंदा : उपकार? तुमच्यासारख्या महत्त्वाकांक्षी कायदेतज्ज्ञाला माझी गरजच काय? त्यांना कळतं सगळं. समजायचं ते समजतील ते!

सुरेश : मिस देशमुख... तुमची मला... मला किळस येते.

मंदा : किळस.... शी: काय घाणेरडा माणूस आहे हा! दिसला तरी मळमळतं!

सुरेश : एवढं वाटतं, तर द्या ना सोडून नोकरी.

मंदा : अरे, तुम्ही सोडा ना!

सुरेश : तुम्ही सांगताय म्हणून नाही, जेव्हा सोडायची तेव्हाच सोडेन!

मंदा : मी पण तेच करीन.

[दोघेही टाईप करतात. मोठ्याने आणि जलद]

सुरेश : च्यायलाऽ काय हे भिक्कार काम! चुत्यासारखं टायपिंग. आयलाऽ नाही करणार टायपिंग.

मंदा : (त्याच्याकडे न बघता) आपल्याला नेमकं काय करायचं ह्याची अक्कल कधी येणार, कोण जाणे!

सुरेश : (धमकावणीच्या सुरात) जी पाहिजे ती अक्कल आलीय मला मिस् देशमुख! (डोक्याकडे दर्शवत) इथे काय चाललंय, कल्पना आहे? अं? कसली अक्कल उगवतीय इथे, ऐकायचंय?... (अस्वस्थपणे तिच्या खुर्चीमागे येरझारा घालत) ही इथली अक्कल सांगतीय, ह्या क्षणी तुमचे सगळे कपडे टराटरा फाडावेत आणि ह्या माझ्या बोटांनी टायपिंग करावं तुमच्या अंगावरून! कळलं, कसली अक्कल आहे इथे?

[स्तब्धता]

जेव्हा तुम्हाला पहिल्यांदा बघितलं त्याच क्षणी तुम्ही मला हव्या होतात. इथे ह्या टेबलावर बसून, मी फक्त तुमचाच विचार करतो सतत आणि तुम्हालाच बघत असतो... अशी अक्कल आहे मला... मिस् देशमुख!

मंदा : अय्याऽऽ! मी पण... तसाच विचार करते! वाटायचं, तू येशील मागून... तुझा स्पर्श होईल, म्हणून डोळे मिटून घ्यायची मी. पण तू दगडासारखा शुंभ बसून! सुरेशऽऽ

[त्याच्या जवळ जाते. तो तिला जवळ घेतो.]

मंदा : मग मी सांगू माझ्या आईला? तू तुझ्या बायकोला समजाव! असं होतं म्हणावं. सांग तिला- मी मन्या आणि पन्याची नीट काळजी

घेईन. मी वचन देते तुला, शपथ!

सुरेश : (माघार घेत) अगं, बायकोला...

मंदा : (त्याच्याकडे रोखून बघत) लग्न नाही करणार आपण सुरेश?

सुरेश : हे बघ मंदा...

मंदा : सांग ना, लग्न करणार ना नंतर?

सुरेश : मला... दीड- भूक... माझा डबा... (डबा घेऊन बाहेर जाण्याच्या तयारीत) मंदाऽऽ

मंदा : (तो काही बोलणार इतक्यात) तू काहीऽऽ बोलू नकोस, माझंच चुकलं. (टाईप करू लागते)

सुरेश : गोष्टी घडतात; चुका कोणाच्याच नसतात! पण अशा गोष्टी घडून येतात. (जाताना) काही आणू तुला?

मंदा : नको. मला नाही भूक!

[सुरेश जातो. तो गेल्याचे बघून ती झपाट्याने कपाटाकडे जाते. डबा उघडून घास खाते. तेवढ्यात सुरेश डोकावतो. मंदाच्या तोंडात घास. तिची त्याच्याकडे पाठ.]

सुरेश : नक्की नको खायला आणू?

[मंदा तोंडात घास असल्याने हाताने 'नको' असे दर्शविते. सुरेश जातो. ती घास पूर्ण चावते. पाणी पिते. मग फोनवर]

मंदा : आई, मी मंदा बोलते. नाही गं, डबा खातीय. लंच टाइम आहे. चांगली झालीय. मीठ कमी आहे. ट्यूबा बसल्या का? इलेक्ट्रिशियन येणार होता.. त्याला म्हणावं, सगळं नीट बघून ट्यूबा लावून दाखवा म्हणावं. फोन आले होते?... अगं, कुणाचे येणार? सहज विचारलं! ताई काय म्हणते? हो ना? नेहमीचंच आहे तिचं! आठवड्यातच एकदा टाकणं टाकल्यासारखं येऊन विचारून जायचं... हो, ठीक आहे... ते तुझं मत झालं आई... हे बघ, मला वाद घालायचा नाही. मुलं कशी आहेत तिची? छान!

[स्तब्धता]

किती टक्के मार्क? अगं आई, साठ टक्के म्हणजे हुशार नाही. नव्वदच्या पुढे मिळतात आता... कुणालाही विचार! असो... तो

विषय आता संपला आहे. तो हुशार आहे. पुढे डेव्हलप होईल. अगं, म्हणजे काय? नेहमीच्या वेळेला येणार.... घरी नाही तर कुठे जाणार मी? अच्छा!

(डबा आवरते, पाणी पिते. टाइपरायटरपाशी येऊन नावे वाचत टाईप करते. गाणे गुणगुणते. नाव-पत्त्याला चाल देऊन गुणगुणते)

मंदा : दंडगे... ए. एन्. ३५ विमाननगर
दंडगे... ए. एम. ३/२ श्रमसाफल्य
दंडगे... यू. एम्. ३५ सहकार निवास
हॅलो दंडग्या! डबा खाल्लास का? पन्या-मन्या कसे आहेत तुमचे! पोस्टकार्ड मिळाल्यावर पोच द्यावी, नाही तर मिळेल एक झापड! (कार्ड काढून ठेवत) अच्छा दंडग्या!
(नवीन कार्ड घालत) हॅलोऽ एडके? नमस्कार. बसा हं, मी टाइप करतीय! काय घेणार तुम्ही, चहा-कॉफी, की चॉकलेट? (हसते. पर्समधून एक चॉकलेट काढून हळूच खाते.
[सुरेश प्रवेश करतो. त्याचे वय आता ४५ च्या पुढे. हातात कॉफीचा थर्मास]

सुरेश : झालं खाणं सुरू? गोड खाणं आता कमी करा मिस् देशमुख!

मंदा : एवढी काही मोठी मी नाही हं दिसत! स्वतःचं बघा- पोट दिसायला लागलंय!

सुरेश : (पोट चाचपत) येस, खरं आहे! कॉफी आणलीय मिस् देशमुख!

मंदा : (कॉफी घेत) थँक्स्! बाहेर कसं आहे?

सुरेश : गारच आहे, पण प्लेझंट आहे. समोर बागेत चक्कर मारली. लोक ऊन खात बसलेयत.

मंदा : त्यातले निम्मे तरी पेन्शनर असतील!

सुरेश : हं, असतील!

मंदा : परवा वाचलं की, सन २०५० मध्ये लोकांना फक्त तीनच तास काम असेल. किती छान, नाही?

सुरेश : त्यानं काय होईल?

मंदा : (पेपर चाळत) आपण आपली संघटना बांधली पाहिजे.

सुरेश : सगळ्या युनियन्स फ्रॉड असतात, फ्रॉड!

मंदा : कधी साडेपाच वाजतील, असं झालंय मला!

सुरेश : हो ना, घरी जायचं. पहिले बूट काढायचे.

मंदा : मला तर न्हायचंय! पण जमतच नाही.

सुरेश : खास मित्र काय म्हणतायत!

मंदा : चावटपणा नको हं! आता कसले खास मित्र?

सुरेश : (टाईपरायटरजवळ) मला वाटायचं, आपण स्वतंत्र विचाराचं व्हावं! आपल्या मगदुराप्रमाणे जगावं, जबाबदारीचं ओझं न घेता मुक्त जगावं! पोरं-बायको काही नकोत. एकटा- बस्स! असा विचार आला की, नेमक्या ह्याच विचारांची भीती दत्त म्हणून उभी राहायची आणि जे-जे मी ठरवत गेलो, ते माझ्यापासून लांब जायचं! वय फक्त वाढत राहिलं. लग्न झालं, लगेच पोरं. पण वकिलीची परीक्षा मात्र कायम नापास! वकील व्हायचं ठरवलं आणि हाती काय लागलं? हाती लागली माझी कीव. तीसुद्धा माझी मीच केलेली...
[स्तब्धता]

मंदा : स्वतःला नेमकं काय हवंय, ते कुणाला कळतं सुरेश?

सुरेश : तुलाही नाही?

मंदा : मला वाटतं, कुणालाही नाही. ते कळलं तर कशाला टायपिंग करीत बसले असते?

सुरेश : येस्, खरं आहे.

मंदा : शप्पथ! तुला सांगते सुरेश, आई आणि ताईपासून मला तुटायचंय! त्यांच्या सुखात माझं सुख नाही. ह्या दोघींशी माझं काहीही देणं नाही ह्याची जाणीव हे माझं सुख! मग अशी का अडकले मी त्यांच्यात? तुटता तुटत नाहीत, हे चिवट धागे. आईची सवय तुटत नाही आणि फोन केला की सुरू माझं- ताई कशी अन् तिची पोरं कशी? सगळा चोथा नुसता!

सुरेश : ह्या प्रश्नांना थेट भिडावं लागतं. त्यांचा अचूक वेध घेता आला पाहिजे.

मंदा : स्वतःला स्वतःची ओळख पटवण्यापेक्षा दुसरी महत्त्वाची गोष्ट

नाही.

सुरेश : करेक्ट! (उठतो.)

मंदा : (उठत) येस! सगळं आपण नीट तपासून बघू. ह्या सगळ्याचा अभ्यास करू.

सुरेश : करू. पण का?

मंदा : का म्हणजे?

सुरेश : म्हणजे समजा- तू आई, ताईपासून वेगळी झालीस तर सुखी होशील. इतकं सोपं असतं तर तू ते केव्हाच केलं असतंस! खरं कारण तू लपवतीयस.

मंदा : तू खोटं बोलतोयस! स्वतःची कीवच जर तुला करायची होती, तर बसायचंस कोपऱ्यात डोकं धरून! पण ते खरं कारण नाही. खरं कारण तू टाळतोयस!

[असं दोघे एकमेकांवर आरोप करतानाच एक जण स्वगत पण दुसऱ्याविषयी बोलतो. त्या वेळी दुसरा विचार करीत फेऱ्या मारतो.]

सुरेश : तूच कुटुंबात गुरफटत गेलीस मंदा आणि तेच तुझं विश्व झालं. आईची काळजी, ताईची चिंता हे सगळं तुझं झालं आणि तेच जपत आलीस नकळत. कारण ते तुला तुझं कर्तव्य वाटायला लागलं, म्हणून ही भावनांची नाळ तुझी तुटली नाही आणि तोडायचा तुला धीर नाही झाला.

मंदा : जगात अपयशी राहणंच तुझं विश्व झालं सुरेश! जिथे यश मिळणारच नाही, तेच विश्व तुला आपलं वाटतं. कधीही तू तुझ्या बायकोविषयी चांगलं-वाईट बोलला नाहीस, कारण मनापासून प्रेम तुला कधी जमलंच नाही. वकील होण्याच्या आतच लग्न केलंस, कारण वकील होणार नाही ह्याची तुला खात्री होती.

सुरेश : भावनांची नाळ तुलाच तोडायची नव्हती. वडिलांनी अंगठी दिली नाही, हे कारण फसवं आहे. मंदा, हे तुझं मृगजळ आहे.

मंदा : आता हळूहळू सत्य परिस्थितीला आपण सामोरे चाललोय सुरेश! लवकर लग्न, लगेच पोरांचं लोढणं- ह्या जबाबदाऱ्या तू अंगावर मुद्दाम घेतल्यास. कारण त्यामुळे तुला यश मिळत नाही, हे जगाला

कळावं म्हणून. कारण तुला तुझी कीव करायची नव्हती, तर लोकांनी तुझी कीव करून तुला त्यांची सहानुभूती मिळवायची होती सुरेश!

सुरेश : बासऽ बासऽऽ! नवरा तुला नकोच होता मंदा! आई आणि ताईच्या विश्वातच सुरक्षित होतीस तू. लग्न झालं तर हे हातचं सुटेल, अशी भीती हे खरं कारण आहे.

मंदा : कीव केली लोकांनी तुझी आणि लाडोबा झालास तू! तुला वाटलं, त्यांचं प्रेम मिळतंय! तेच हवं होतं ह्या बाळाला! आईबापानी नाही दिलं तुला ते, तू कीव करून घेऊन दान म्हणून घेतलंयस सुरेश.....
[दोघे एकमेकांना सामोरे जातात. न्याहाळतात.]

सुरेश : तर, ते प्रेम तुला हवं होतं.

मंदा : तुलाही हवं होतं.

सुरेश : अभ्यास होतोय आपला. धुकं मावळतंय.

मंदा : स्पष्टता येतीय.

सुरेश : स्वतःच्या मर्यादांची जाणीव झाली की, कामाला हुरूप येतो.

मंदा : ही जाणीव मान्य झाली, तर बघायलाच नको.
[दोघे लयीत टायपिंग सुरू करतात.]
इतका पारदर्शी संवाद कुणाशीही प्रथमच झाला सुरेश!

सुरेश : मजा आली! वेळ कसा गेला, कळलं नाही.
[टायपिंग सुरू]

सुरेश : नीट विचार केला तर माझं तुझ्या मानानं बरं चाललंय!

मंदा : अस्सं?

सुरेश : बघ की! स्वतःचं घर आहे. लग्न झालंय. मुलं आहेत. आयुष्याची कर्तव्यं मी पार पाडलीयत.

मंदा : मूर्खपणा आहे. लग्न आणि पोरं व्हायला खास अक्कल नाही लागत.

सुरेश : काही लोक समाजात असे असतात की, त्यांचं जर लग्न झालं असतं तर त्यांचं भलं झालं असतं असं वाटतं.

मंदा : मि. जामदार, तुम्हाला नक्की काय म्हणायचंय? माझ्याबद्दल विधान करताय तुम्ही?

सुरेश : मी नाव घेतलेलं नाही. पायाप्रमाणे चप्पल होते माणसाला.

मंदा : हे बघा, विसंवादी लग्नापेक्षा बिनलग्नाची मी बरी!

सुरेश : विसंवादी लग्न? माझं? कुणी सांगितलं तुम्हाला?

मंदा : एक अधिक एक दोन करायला अक्कल नाही लागत. आपल्या दोघांना पक्कं ठाऊक आहे की- जर तुला धैर्य झालं असतं, तर तू बायकोला कधीच सोडलं असतंस!

सुरेश : खरं?

मंदा : शंभर टक्के.

सुरेश : मग मिस देशमुख, कान देऊन ऐका! माझी बायको मला सगळ्यात प्रिय आहे. ती माझ्या आयुष्यात येणं ही आणि एवढीच एक घटना मनापासून माझ्या वाट्याला आलीय.

मंदा : काय सांगताय काय मि. जामदार!

सुरेश : तुमच्यासारख्या छप्पन्न ओवाळून टाकीन, पण तिला नाही अंतर देणार!

[स्तब्धता]

मंदा : खरं आहे तुझं!

[साहेबांची बेल वाजते. ती लगबगीने उठत नीटनेटकी होते.]

सुरेश : काय आहे त्यांच्या मनात आता?

मंदा : बघ ना!

सुरेश : बघून ये. तुमचे आवडते साहेब!

मंदा : मत्सर वाटतो तुला! जळतोस तू. अरे, आमचं जुनं खातं!

सुरेश : आयलाऽ चालू साली!

मंदा : (जाता-जाता मागे वळून) काय म्हणालास? पुन्हा बोल?

[ती आत जाते. सुरेश खुंटाळ्याजवळ जातो. त्याचा कोट किंवा जाकीट काढून ठेवलेलं. पिण्याच्या पाण्याच्या ग्लासमध्ये खिशातून दारूची बाटली काढून ओततो. ग्लास परत भरतो. पुन्हा पित फोनवर...]

सुरेश : कोण, मन्या-पन्याची आई? मी बाबा. हे बघ, कालच्याबद्दल सॉरी... काल जास्त झाली. तो मी नव्हतो, व्हिस्की बोलत होती.

चूक झाली गं माझी. घेतली ना मी, की बदलूनच जातो नाही? सॉरी. माफ कर. नाही म्हण. तुझ्या तोंडून ऐकायचंय मन्याची आई! क्षमा... कर! आज मी लवकर येणार आहे. आय प्रॉमिस... संध्याकाळी बाहेरच जेवू. चेंज! एकदम वेगळं काय? येस, नक्की! बाय! [त्याचे पिणे संपते. ग्लास परत जागेवर नेऊन ठेवतो. मंदा येते. हातात आतून कामाचे कागद आलेले. ते सुरेशच्या टेबलावर ठेवते. आता मंदाचे वय ४५ च्या पुढे आहे..]

मंदा : हे टाईप करून मागितलंय. त्यांना घाई आहे. लगेच कर.

सुरेश : काय?

मंदा : ऐकू नाही आलं?

सुरेश : मी काय म्हणतो, ते ऐक! हे कागद घेऊन आत जा आणि त्यांना सांग- भोसडच्यात जा! मी त्यांचा पी.ए. नाही.

मंदा : हे तुम्ही स्वतः जाऊन सांगा!

सुरेश : ठीक आहे.
[सगळे कागद गोळा करून आत जातो. मंदा टाईप करते. करताना गुणगुणते]

मंदा : प-प पाटील ए-ए २ लक्ष्मीनगर, पाटील ए. बी. ३५ नेहरू पार्क, पाटील ए. सी. ३/२/१ अभ्युदय नगर... रामराम पाटील! कसं काय पाटील, बरं हाय का... काल काय ऐकलं ते खरं हाय का...? पाटील अभिजीत एन १-२ वृंदावन निवास...

सुरेश : घे कागद! खा कागद भडव्याऽऽ कागद खा!

मंदा : (त्याला आवरत) सुरेशऽऽ

सुरेश : का? आता का? बघ ना आत जाऊन! काय माकड झालंय त्याचं, बघ! घाबरगुंडी उडालीय साहेबांची. टेबलाखाली लपलाय तुझा साहेब! आला ना समोर, एक देईन ठेवून परत हां!

मंदा : (उठून त्यांच्या तोंडावर हात ठेवत) प्लीजऽ सुरेश, गळ्यापर्यंत पाणी आलंय तुझ्या!

सुरेश : माझ्या गळ्यापर्यंत पाणी आलंय? कायऽऽ आहे मिस् देशमुख? (हसतो) (समजावत) हे बघा, आपल्या गळ्याशी पाणी आलं तर

आपण पट्टीचे पोहणारे आहोत! बुडणार नाही, बुडवणार! आता तुम्ही एका स्वतंत्र माणसाशी बोलताय. मी मुक्त आहे मिस् देशमुख! इतका मोकळा श्वास मी प्रथमच घेतोय! (दारूच्या बाटलीकडे जायला निघतो.)

मंदा : तू काय करायचं ठरवलंयस पुढे?

सुरेश : (बाटली बाहेर काढत) माझं मी बघीन. आता पुन्हा एकदा माणूस होईन. खरा पुरुष बघायला नाही मिळत- निर्भय, स्वतःच्या पायावर उभा! नोकरीला न घाबरणारा, पैसे फेकायला न कचरणारा, स्वतःच्या सावलीला न भिणारा पुरुष कुठे असतो मिस् देशमुख? तुमच्यासमोर तो उभा आहे! मोडेन पण वाकणार नाही! मान ताठ! काय टक लावून बघताय बाई? (बाटली दाखवत) ही आपली जुनी सवय... घेणार का थोडी-थोडी? नको? मग मीच घेतो!

मंदा : आवर आता. असा नव्हतास तू!

सुरेश : तुला काय माहीत मी कसा होतो? कुणाला माहितीय आपण कसे आहोत? आपण सगळे एकटे! ह्या क्रूर जगात झालो आपण एकटे. (पितो)

मंदा : खरं बोललास!

सुरेश : मी आता काय करणार आहे, माहितीय? सोडून देणार हे सगळं. येस सर! अगं, बस उभी आहे माझी लांब जाणारी, त्या बसमध्ये मी असणार. मी पैजेवर सांगतो. त्या बसमध्ये आपली सीट पक्की!

मंदा : आता पुरे कर ना!
[बाटली दूर करण्याचा प्रयत्न]

सुरेश : हे मी आता ठरवलेलं नाही मंदा; हा माझा क्षणिक भावनिक निर्णय नाही. हा मी स्वतः बोलतोय, ही व्हिस्की नाही. ती आता शांत झोपलीय, मी जागा आहे. खूप विचार करून ठरवलंय मी. ह्या गावाची, ह्या माणसांची, त्यांच्या पैशांची शिसारी येते. इथे फक्त धूळ, आवाज आणि भ्रष्टाचार आहे. बस कुठे जाणार, माहिती नाही! एकदा चढलो की मनपसंत गाव मिळेपर्यंत उतरणार नाही. मस्त गाव, हवा, खूप खोल्यांचं घर, निसर्ग, डोंगर, उंच-उंच कडे... येस सर! अशी जागा दिसली, तरच तुमच्या स्टॉपला येणार.

मंदा : लहानपणापासून असंच गाव शोधतेय मी!

सुरेश : काय सांगतेस?

मंदा : मला नेशील सोबत?

[स्तब्धता]

[बाटली टाइपरायटरजवळ ठेवतो]

आपलं बरं जमत नाही!

सुरेश : अगदी छान जमतं. (तिच्यामागे जात) वाटतं, तुला घट्ट मिठी....

मंदा : मग कुठे अडलंय?

सुरेश : वाटायचं, उशीर झाला.

मंदा : असा उशीर नसतो होत! सांग ना, मला नेशील?

सुरेश : (तिच्या मागून जवळ घेत) आपण दोघं बरोबर?

मंदा : मी आईला सांगते, तू तुझ्या बायकोला समजाव! तिला म्हणावं, मनात नाही ठेवून वागायचं; शक्यतो जमवून घ्यायचं!

[सुरेश दोलायमान]

सुरेश : मी तिला आपलं सांगू?

मंदा : अरे, लग्न ना करणार आपण? मग पहिल्या बायकोला सांगायला नको? सांग ना- करणार ना लग्न?

सुरेश : असं... असं कसं करणार लग्न?

[स्तब्धता]

मंदा : माझंच चुकतं नेहमी! हो ना? भलतं करायला जाते आणि फसफसतं!

सुरेश : नाही गं, माझं चुकलं! मी कोणी नाही मंदा, म्हणजे कधीही काहीही नव्हतो. आजही नाही. वर काही करून बघायचं धैर्य नाही! स्वतःची कीव करीत बसलो. एक रिकामं पोतं आहे बघ. स्वार्थी, आळशी आणि नंबर एकच्या चुका! गोणपाट... पोतेरं.

(टाईपरायटरवर डोके ठेवून मोठ्याने धाय मोकलून रडतो)

मंदा : पुरे आता! काय झालंय तुला?

सुरेश : (रडू आवरत) हे बदललं पाहिजे! देशोधडीला लागलो तरी चालेल. (मोठ्याने) तिला हाकलून दिलं पाहिजे. मन्याच्या आईला हाकलली पाहिजे! नालायक सालीऽऽ मधे येते! पण पोरं.... आवडतात मला

ती! त्यांचं कसं होईल? नोकरी गेली, पैसा नाही– हाती शून्य! काय करायला पाहिजे मी? सांगा ना?

मंदा : आत जा आणि माफी माग त्याची! चुकतं म्हणावं माणूस! काहीही सांग त्यांना! सांगू? तू एक जगातला सर्वोत्तम टायपिस्ट आहेस. असा टायपिस्ट परत मिळणार नाही. अरे, उठऽऽ जा ना!

सुरेश : परत संधी देतील साहेब? टायपिंग मात्र मी उत्तम करतो मंदा! हे बघ... बघ ना– ही बोटं... (टायपिंग करत) (सराईतासारखा वेगाने टाईप करून थांबतो. पेपर काढत) बघ, वाच– चेक! एक जरी चूक निघाली ना, तर राजीनामा घ्या म्हणावं. बघ ना–

[आता तो सुटला आहे. त्याचे टायपिंग आता नृत्यमय होत जाते. एक, मग दोन टाइपरायटर दोन हातांनी, उभा राहून पायांनी टायपिंग करू बघतो. मंदा त्याच्या उत्साहाला आवर घालण्याचा प्रयत्नात. त्याची दमछाक होते.]

मंदा : आता पुरे रे! कळलं आम्हाला– तुझं टायपिंग उत्तम आहे.

[तो थांबतो. ती त्याचे कपडे नीट करते. केस विंचरते]

दमलास बघ! छान हास! अरे, हलू नको ना! केस विस्कटतील. ऐटीत आत जा.

[स्तब्धता]

सुरेश : इतकं झाल्यावर ते परत घेतील?

मंदा : नीट बोल, म्हणजे घेतील! छान दिसतोयस, जा. तोवर इथं मी आवरून ठेवते सगळं. ती बाटली फेकून दे बरं– (त्याच्याकडून बाटली काढून घेते.)

सुरेश : खुशाल घे! आता त्याची मला गरज नाही. ह्या टायपिस्टला त्याची चूक उमगलीय मंदा!

मंदा : नशीब माझं! जाऽऽ

सुरेश : (जाता-जाता) त्यांनी मला परत घेतलंच ना... तर बघशीलच तू! एक नवाच सुरेश तुला दिसेल... उजळून निघालेला परिपक्व सुरेश!

मंदा : जा आता.

सुरेश : तुझे आभार मानल्याशिवाय? किती उपकार आहेत तुझे! आता

बघ. नेहमी विचार येतो की, म्हणजे मन्याची आई भेटण्याआधी जर आपण भेटलो असतो तर...

[स्तब्धता].

मंदा : येतो तसा विचार कधी?

[तो जवळ जाऊ पाहतो. ती दूर सरकत जाते.]

सुरेश : मंदा, हे बघ-

मंदा : आता पुन्हा नको. प्लीजऽ हं... जा, भेट त्यांना.

[सुरेश आत जातो. मंदा व्हिस्कीची बाटली पट्कन लपवते. सामान आवरते. पेपर्स गोळा करते. चष्मा लावून टाईप करू लागते. सुरेश येतो. त्याचं वय आता ५५ च्या पुढे]

सुरेश : भेटलो मी. या म्हणाले कामावर! घेतलं मला परत.

मंदा : देव पावला बाई!

सुरेश : चांगले वागले ते माझ्याशी. ऐकून घेतलं माझं आणि म्हणाले, ''मि. जामदार, आपण सगळेच ताणात असतो. असं होतं कधी कधी, चुकतं आपलं.''

मंदा : बघ- कसे आहेत ना! मनात आलं की कसे छान वागतात.

सुरेश : म्हणाले, ''प्रश्न सगळ्यांनाच असतात.'' आपण समजतो तसे ते बिनडोक नाहीत.

मंदा : आनंदी. सगळ्यांना नीट समजावून घेतात.

सुरेश : आपण... त्यांना स्टाफतर्फे एक छोट गिफ्ट दिलं पाहिजे. आपल्या सगळ्या कर्मचारी वर्गाकडून.

[दोघे टाइपरायटरजवळ]

चला बाई, काम सुरू... आजचा दिवस संपत आला.

[स्तब्धता.. दोघे काम टाइप करतात. सुरेश हसतो.]

मंदा : काय झालं? खिदळतोस का?

सुरेश : काही नाही, मागचं आठवलं! (हसत) सुपरवायझर! सेक्शन हेड! मी त्यातली नाही... मी कुणाला सांगायला नाही गेले!

मंदा : (हसते) आपण प्रत्येक जणच थोडे बनेल असतो.

सुरेश : येस! यू आर राईट!

[पुन्हा टाईप करतात. आता मंदाला हसू येते.]

सुरेश : तुला सांगितलं का? अगं, मी गाणं शिकायचो.

मंदा : चल!

सुरेश : अगं, खरंच! आठ-नऊ वर्षांचा असेन.

मंदा : (आवराआवर करीत) मला नव्हतं बाई माहीत.

[सुरेश सुरात जुने गाणे म्हणतो]

मंदा : छान आहे तुमचा गळा मि. जामदार...

[सुरेश तेच गाणे मोठ्याने गुणगुणतो]

अरे, हळू! ते ऐकतील ना!

[मंदा आता नीटनेटकं न होता साहेबांच्या ऑफिसच्या दारातून आत जाते. सुरेश गातो. टकलाचा विग, गुणगुणतो. टाईप करतो. ताल धरतो. टाईप करताना चूक झाली की कार्ड काढून चुरगळणार इतक्यात आठवतं. ते कार्ड खिशात घालतो. पुन्हा गाणं सुरू. मंदा येते. आता दोघांची वये ६० च्या पुढे. हालचाली हळू, पण बोलणे व्यवस्थित]

सुरेश : (वेळ पाहत) चला, साडेपाचला फक्त १२ मि. राहिलीत बाई! मग दिवस संपला!

मंदा : नेहमी तू १० मि. आधी काम थांबवतोस. मग आज १२ मि. का?

सुरेश : वाटलं, आज १३ मि.आधी आवरावं.

मंदा : हे बरोबर नाही मि. जामदार, इतक्या आधी काम संपवू नका.

सुरेश : ओ.के. (परत टायपिंग सुरू) आता किती राहिली?

मंदा : अजून एक मिनिट.

[टाइप करतात]

सुरेश : आणि आता?

मंदा : ओ.के. संपलं!

सुरेश : चला, संपला दिवस. (आवरू लागतो)

मंदा : दमायला होतं आता, कधी घरी जाईन, आंघोळ करीन.

सुरेश : (टाईप केलेल्या कार्डावरची जाहिरात वाचत) 'आला उन्हाळा स्वीम वेल स्विमिंग सूट वापरा' सध्या ह्याचं मार्केटिंग चालू आहे.

[दोघे टाईपरायटरवर कव्हर घालतात.]
पूर्वी जाड मिळायचे स्विमिंग सूट, आता मऊ असतात. कंफर्टेबल वाटत असेल.

मंदा : हळू, पाय बघत जा. घसरेल!
[सुरेशला त्याचे सामान देते. दोघे तयार होऊन साडेपाचची वाट बघत बसतात.]

सुरेश : वेळ झाली?

मंदा : दोन मिनिटं आहेत!
[दोघे सामान आवरून टेबलापाशी बसलेले. सुरेश घड्याळाकडे बघतो.]

सुरेश : येस, साडेपाच!
[दोघे निघतात]

सुरेश : ह्या नव्या साहेबांचं नाव लक्षात राहत नाही?

मंदा : काय... गरसोळे की काय, कोण जाणे!

मंदा : त्यांना सांगून जाऊ. (ऑफिसच्या टोकाला साहेबांना उद्देशून)

सुरेश : (मोठ्याने) सरऽऽ येतो आम्ही!

मंदा : निघते मी हं!

सुरेश : चला मिस देशमुख, आज बसस्टॉपपर्यंत सोडतो तुम्हाला-

मंदा : चला...
[दोघे निघतात. मंदा पुढे, मागे सुरेश. जाताना थबकून खिशात हात घालून चुरगाळलेली कार्ड्स काढतो. कुठे टाकावीत, असा विचार करून रिकामं ऑफिस न्याहाळतो. पण योग्य जागा न दिसल्याने कार्डे परत खिशात ठेवतो. मंदामागोमाग ऑफिसच्या बाहेर पडतो.]

(अंधार)

(अप्रकाशित)

मूळ अमेरिकन लेखक : मरे शिगल् (१९२६)
मूळ नाटक : द टायपिस्ट (१९६३)

* 9 7 8 8 1 9 5 6 0 9 3 5 2 *
FCW - #0172 - 061026 - C0 - 216/140/8 - PB - 9788195609352 - Matt Lamination